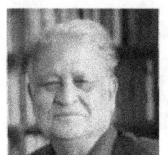

व्यंकटेश माडगूळकर

सरवा

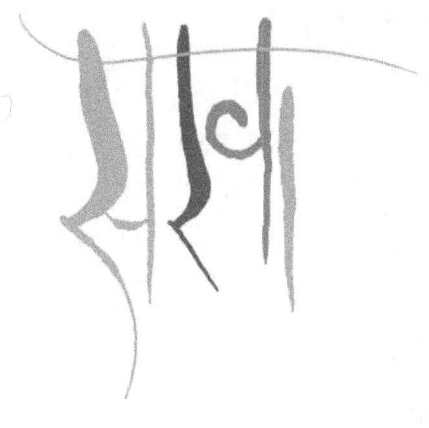

मेहता
पब्लिशिंग
हाऊस

SARVA
by
VYANKATESH MADGULKAR

स र वा / कथासंग्रह
व्यंकटेश माडगूळकर

© ज्ञानदा नाईक

मराठी पुस्तक प्रकाशनाचे हक्क मेहता
पब्लिशिंग हाऊस, पुणे.

प्रकाशक
सुनील अनिल मेहता, मेहता पब्लिशिंग हाऊस,
१९४१, सदाशिव पेठ,
माडीवाले कॉलनी, पुणे-३०.

अक्षरजुळणी
इफेक्ट्स, २१/६ब,
आयडिअल कॉलनी,
कोथरूड, पुणे - ३८.

मुखपृष्ठ व मांडणी
चंद्रमोहन कुलकर्णी

मुखपृष्ठावरील लेखकाचे छायाचित्र
शेखर गोडबोले

प्रकाशनकाल
पहिली आवृत्ती : फेब्रुवारी, १९९४
दुसरी आवृत्ती : मे, २००८
मेहता पब्लिशिंग हाऊस यांची
तिसरी आवृत्ती : मे, २०१२ /
पुनर्मुद्रण : ऑगस्ट, २०१३

ISBN 978-81-8498-368-5

चिरंजीव जयदेवला प्रेमपूर्वक

अनुक्रम

लांडगा आला रे, आला! १

डॉ. एल. डेव्हिड मेश नावाचा अभ्यासक लिहितो, 'गेल्या काही वर्षांतील पंधरा वर्षं मी लांडग्यांचा अभ्यास करण्यात घालविली आहेत. माझा बराचसा अभ्यास अमेरिकेतल्या रॉयल आयलंडवर, काही मिनिसोटात, काही मिशिगन आणि अलास्कात, काही इटलीत, काही मनिटोबात झाला आहे.

'मी लांडग्यांच्या मागावर असा दोन हजार तास विमानातून गेलो आहे. चौदाशे मैल पायी हिंडलो आहे. बोटीतून आणि वाहनांतून अनेक हजार मैल हिंडलो आहे. हा सगळा खटाटोप लांडग्यांसंबंधी माहिती गोळा करावी, म्हणूनच. एवढं केल्यावर आताशा कुठं मला लांडग्यांसंबंधी काही कळायला लागलं आहे.

'लांडगा हा कुत्र्याचा पूर्वज आहे. दिसतोसुद्धा थोराड, पण सडसडीत जर्मन धनगरी कुत्र्यासारखा. लांडग्याला खायला मिळालं नाही, तरी काही न खाता तो दोन आठवडे राहू शकतो.

'एकदा शिकार मिळाली की, लांडगा बेसुमार खातो. रॉयल बेटावर एका दुपारी पायलट म्युरीनं आणि मी; लांडग्यांनी केलेली शिकार पाहिली. पंधरा लांडग्यांनी मूस जातीच्या

जनावराची मादी मारली. पंधरा जणांनी गराडा घालून खायला सुरुवात केली. तीन तासांत त्यांनी सहाशे पौंड वजनाचं जनावर अर्धं संपवलं. म्हणजे, प्रत्येक लांडग्यानं वीस पौंड मांस खाल्लं. हे फारच झालं. पण सरासरी, पाच ते दहा पौंड एवढं मांस लांडगा रोज खातो.

'शिकारी मागे असले म्हणजे लांडगे एकामागोमाग एक असे चालतात. चालण्याचा वेग ताशी पाच मैल असतो. मी एकदा एक कळप दिवसभरात पंचेचाळीस मैल चाललेला पाहिला आहे. लांडगा या प्राण्याविषयी जनमानसांत जे चित्र आहे, ते प्रत्यक्षापेक्षा वेगळं आहे. लांडगा म्हणजे क्रूर, रक्तपिपासू – असं हे चित्र आहे. कथा-कहाण्यांमधून शिकाऱ्यांनी लिहिलेल्या आणि सांगितलेल्या हकिगतींमधून हे चित्र निर्माण झालं असावं. सापांबद्दल अशा अनेक हकिगती आहेत. उदा. – साप डूख धरतो, सापाच्या अंगावर केस असतात, साप म्हशीच्या पायाला वेटोळं घालून तिचं दूध पितो; तसाच, लांडग्यांचा कळप उंच स्वरात ओरडतो. त्या कानांना भयानक वाटणाऱ्या आवाजावरूनही लांडग्यांबद्दलच्या कल्पना रूढ झाल्या असाव्यात. लांडगा माणसाची पोरं पळवून त्यांना वाढवतो, अशाही हकिगती आहेत. अशा चमत्कारिक कल्पनांमुळं सगळीकडे आजवर लांडग्यांचा संहार झालेला आहे.'

जिम कॉर्बेट या प्रसिद्ध शिकाऱ्यानं रानात सापडलेल्या 'गुँगी' नावाच्या एका रानात सापडलेल्या मुलीची हकिगत लिहिली आहे. अल्मोडा आणि राणीखेतला जोडणाऱ्या रस्त्यावर काम करणाऱ्या मजुरांना ही मुलगी सापडली. एखाद्या जंगली जनावराप्रमाणं ही दोन्ही हात आणि पाय वापरून जंगलाच्या एका डवंग्यातून दुसऱ्यात पळत होती आणि लपत होती. पाठलाग करून तिला पकडली आणि हातपाय बांधून, करंड्यात घालून नैनितालला पाठविली व हॉस्पिटलमध्ये ठेवली.

या लांडग्यानं पाळलेल्या मुलीविषयीच्या बातम्या वर्तमानपत्रांतून वाचून कॉर्बेटनं नैनितालमधल्या आपल्या एका फोटोग्राफर मित्राला लिहिलं की, या मुलीचे अनेक फोटोग्राफ माझ्यासाठी घेऊन ठेव. वर्तमानपत्रांतून काही आठवडे गाजावाजा झाला आणि नंतर या लांडगा-बालिकेविषयीची हकिगत लोक विसरूनही गेले.

ही पोर सतत अंधाऱ्या कोपऱ्यात दडून राहिल्यामुळं कॉर्बेटच्या फोटोग्राफर मित्राला फोटो घेता आले नाहीत. नंतर काही महिन्यांनी जिम कॉर्बेट नैनितालला गेला. लंडनमधल्या कोणा असोसिएशनचं सरकारला पाठवलेलं पत्र त्याच्याकडं आलं. असोसिएशनला या बालिकेविषयी सर्व माहिती हवी होती. कॉर्बेटनं आपला सोबती मोहनसिंग याला राणीखेतला पाठवलं आणि आसपासच्या खेड्यातलं कोणाचं पोर नाहीसं झालं आहे का, याची चौकशी केली. पंधरा वर्षांत असं काही घडलं नव्हतं. तहसील कचेरीतलं रेकॉर्डही, असं कोणी पोर नाहीसं झाल्याची नोंद

झाल्याचं सांगत नव्हतं. यापूर्वी कोणी हे बालक जंगलात पाहिलंही नव्हतं.

कॉर्बेटनं हॉस्पिटलमध्ये जाऊन चौकशी केली. तेरा जुलै, एकोणीसशे चौदा या दिवशी 'गुँगी' या नावाची मुलगी हॉस्पिटलमध्ये अॅडमिट झाली होती. हाता-पायांना बांधलेल्या दोऱ्या सोडल्यावर ही मुलगी नर्सला चावली आणि तिनं बराच गुरगुराट केला होता. त्यानंतर ती खोलीच्या एका कोपऱ्यात जाऊन दडली होती.

कॉर्बेटनं तपशील काढला, तो असा :

१) या मुलीचं डॉक्टरीणबाई मिस मिश्रा यांनी ठेवलेलं नाव गुँगी. त्यांनी हे नाव ठेवलं, कारण मुलीला बोलता येत नव्हतं. २) वय अदमासे पंधरा वर्षे. ३) मुलगी बळकट, धडधाकट होती. खाण्यापिण्याची काही आबाळ झालेली नव्हती. ४) अंग स्वच्छ नव्हतं. अंगावर दाट केस होते. ५) डोक्याचे केस लांब नव्हते. गुंतवळ झालेले होते. ६) हाताच्या बोटांची नखं लांब, नख्यांसारखी होती. ७) खांदे आणि शरीराचा वरचा भाग यावर खोल ओरखडे होते. काही ताजे, काही भरत आलेले, काही केवळ व्रण. ८) अंगावर टाकलेले कपडे दातांचा उपयोग करून मुलीनं फाडले. वाळक्या गवताचा भारा टाकलेला, तो मुलीनं खोलीच्या कोपऱ्यात सरकवला आणि त्याखाली दडली. ९) शिजवलेलं अन्न खाल्लं नाही. कच्चं मांस, फळं, भाज्या खाल्ल्या. १०) मुलीला आनंद झाला की, तो कलरव करून आणि नाराजी गुरगुराट करून ती व्यक्त करी. ११) मनुष्यप्राणी किंवा माकडं आपल्या हातांचा उपयोग करतात, तशी ती करीत नव्हती. फळं, मांस दातानं उचलून कोपऱ्यात नेई. इथं तिनं घरटं केलं होतं. १२) हाता-पायांचा उपयोग करून ती चपळपणे हालचाल करी. कोपरांचा आणि गुडघ्यांचा वापर करीत नसे. १३) ही खांबावर सहजपणे चढून तिथंच लटकून राही. १४) हॉस्पिटलमध्ये या मुलीची देखभाल करणाऱ्या तिघी – मिस मिश्रा आणि इतर दोघी गिरिजनांपैकीच होत्या. त्यांची खात्री पटली होती की, ही मुलगी गिरिजनांपैकीच आहे. तिची शरीरयष्टी, रंग, केस, नाक, डोळे – सगळं गिरिजनांसारखं आहे. एक भित्रेपणा आणि जंगलीपणा वजा केला, तर ही मुलगी हुशार आहे; वेडी नाही. हॉस्पिटलमधल्या मुक्कामात ती सुधारली. तिनं चावणं सोडलं. अंघोळ घालून घेऊ लागली. नखं कापून दिली. अंगावर एखादा कपडाही ती वागवू लागली.

पंचवीस जुलैला हिची रवानगी बरेलीच्या वेड्याच्या इस्पितळात झाली. इथं ती उष्माघातानं वारली.

कॉर्बेटनं लिहिलं आहे की, भारतीय लांडगा हा भित्रा प्राणी आहे. त्यानं भुकेल्या पोटानं एखाद्या वस्तीत शिरून लहान पोर पळवून नेणं आणि ते वाढवणं, ही गोष्ट

मुळीच विश्वास ठेवण्याजोगी नाही. लांडग्याचे दात लागताच पोर ओरडलं कसं नाही? वस्तीतली माणसं, कुत्री गप्प कशी राहिली? भारतीय लांडगा हा कोल्ह्यापेक्षा थोडा मोठा असतो. मुलाला ओढत तो काही अंतर जाईल; पण मूल तोंडात उचलून काही मैलांवर असलेल्या आपल्या बिळापर्यंत तो कसा जाईल?

ही मुलगी सापडली, त्या जागेच्या आसपास शंभर मैल तरी लांडगा हा प्राणी असण्याची शक्यता नाही.

शेवटी जिम कॉर्बेटनं एक शंका नोंदवून ठेवली आहे. ही पोर अस्वलाच्या संगतीत राहिली असण्याची शक्यता आहे – अगदी क्षीण अशी शक्यता.

डॉ. मेश यांचं म्हणणं आहे की, लांडगा क्रूर वगैरे नाही. माणूस हे त्याचं भक्ष्य नाही. आजारी असता कुत्रं पिसाळतं, तसा पिसाळलेला असला; तर तो माणसाला इजा करतो, एरवी नाही. आपण जर शरणार्थीसारखे रानात पडलो, तर जवळ येऊन लांडगा तुम्हाला हुंगतो आणि निघून जातो. जंगलात लाकूडतोडीचा व्यवसाय करणाऱ्या एका कंत्राटदारानं डॉ. मेशना लिहिलं, 'गारठ्यानं गोठून मरण येण्याची भीती असूनसुद्धा मी एका रात्री जंगलातच राहिलो. लांडग्याचा वावर असणारी वाट तुडवीत आठ मैल आलो नाही. डॉक्टर, तुम्ही अशा वेळी काय केलं असतं?'

डॉ. मेश म्हणतात, 'आजवर मी अनेकदा लांडग्यांचा वावर असलेल्या वाटा तुडवल्या आहेत. लांडग्यांनी मारलेल्या भक्ष्यापाशी हिंडलो आहे, लांडग्यांची बिळं धुंडली आहेत. त्यांची पिल्लावळ बघितली आहे. मी रात्री जंगलात थांबलो नसतो. आठ मैल चालून घरी परतलो असतो.'

निरोगी लांडगा माणसावर हल्ला करत नाही.

भारतीय लांडग्यांसंबंधी कोणी अभ्यासकानं लिहिल्याचं माझ्या वाचनात नाही. पर्यावरणाचा अभ्यास आणि अशा प्राण्यांचा अभ्यास ही गोष्ट एकच आहे, हे आपण ध्यानात घेतलेलं नाही. काही जुन्या शिकाऱ्यांनी लांडग्यांचा उल्लेख केलेला आहे. शिकारी हे उत्तम निसर्ग-निरीक्षकही असतात.

अलीकडेच कै. रा. वि. फडतरे यांचे 'मृगया' हे पुस्तक मी पुन्हा वाचले. पुस्तकावर प्रकाशनकाळ नाही, पण लेखकाच्या निवेदनाखाली तारीख आहे – पंधरा सप्टेंबर, एकोणीसशे पंचेचाळीस. म्हणजे, लेखकानं सांगितलेली गोष्ट साठ-पासष्ट वर्षांपूर्वीची म्हणायला हरकत नाही.

शिकारी-लेखक रा. वि. फडतरे हे संध्याकाळच्या सुमारास खिशात पाच नंबरची तीन काडतुसं टाकून, खांद्यावर बंदूक घेऊन घराबाहेर पडले.

पाटस गावानजीकच्या जंगलात, ओघळीच्या कडेला ससे चरण्यावर येण्याची वाट बघत बसून राहिले. थोड्याच वेळात सशांची जोडी चरण्यावर निघालेली दिसली. पैकी एका सशावर त्यांनी बार केला. ससा पडला. दुसरा पळत असताना त्याच्यावर टाकला, पण तो गेला.

अंधारी रात्र होती. वेळ न गमावता मारलेला ससा हातात घेऊन फडतरे मळ्याकडं निघाले. डोंगराच्या पायथ्याशी येईपर्यंत काळोख झाला होता. ठेचाळत-ठेचाळत डोंगराचा अडसर चढून मध्यावर येऊन पोहोचले. एवढ्यात आजूबाजूला काही चमत्कारिक शब्द आणि चोरटी हालचाल होत असल्यासारखं वाटलं. काही भास असावा, असं वाटून फडतरे लहानशी खिंड उतरून पुन्हा जबरदंडाच्या उतरणीला येऊ लागले.

तेवढ्यात डाव्या हातच्या खिळ्याआडून फडतरे यांच्या वाटेवर एकामागं एक चार-पाच लांडगे आणि एक पिलंवाली लास आडवी येऊन घोटाळू लागलेली तशा काळोखातही दिसली.

यांनी खिशात शिल्लक होतं, ते एक छऱ्याचं काडतूस बंदुकीत भरलं आणि लांडग्याच्या रोखानं झाडलं. लांडगे भिऊन पळाले नाहीत. वाट अडवून चारी बाजूंनी उभे राहिले आणि त्यातले काही त्वेषानं मागल्या पायानं माती उकरू लागले. फडतऱ्यांना वाटलं, हे सशाच्या वासावर आहेत. त्यांनी मारलेला ससा लांडग्यांच्या दिशेनं भिरकावला. त्याचा चट्टामट्टा करून लांडगे पुन्हा उभेच!

त्यांच्या अंगावर काटा उभा राहिला. सारं अंग घामानं डबडबून गेलं.

खिशात विड्याकाड्याची पेटी होती. काड्याची पेटी काढून एक-एक काडी ओढून फडतरे ती लांडग्यांच्या दिशेनं फेकत राहिले. अंगावर काडी आली की, लांडगे थोडं मागं सरकत; फडतरे थोडं पुढं सरकत.

लांडग्यांच्या मागच्या बाजूला बाभळीचं झाड होतं, तिथवर फडतरे यांना पोहोचायचं होतं. त्यांनी उगीचच बंदूक छातीला लावली. धोंडे फेकले, ढेकळं फेकली, ओरडा केला.

ती जनावरं मागं हटली.

पायांतले चढाव काढून टाकून, हातातली बंदूक झाडाच्या बुंध्याशी उभी ठेवून, फडतरे आडव्या फांदीला लोंबकळले. वर चढून गेले.

लांडगे धावून आले. नखांनी बुंधा खरवडू लागले. झाडाभोवती घिरट्या घालू लागले.

बाभळीच्या झाडावर काळे चावके मुंगळे होते, ते फडतरे यांच्या हातापायांना डसू लागले. ते तोडून काढता-काढता जीव हैराण झाला.

तासामागून तास गेले.

शेवटी झुंजरूक होण्याची वेळ आली. वस्तीवरच्या कोंबड्यानं दिलेली बांग ऐकू आली.

रिवाजाप्रमाणं शुक्रचांदणी उगवण्याच्या वेळेला, कोणी तरी बैल घेऊन रानात चारण्यासाठी आला. बैलांच्या गळ्यातली घुंगरं वाजली. बैलांना उद्देशून कोणी शिवी हासडली. मग मात्र बाभळीवर बसलेल्या फडतऱ्यांनी मोठ्यांदा हाका मारून त्या बैलकऱ्याला बोलावलं.

हा त्यांच्या ओळखीचाच दसऱ्या रामोशी होता.

त्यानं फडतऱ्यांना आपल्या वस्तीवर नेलं आणि पुढं गाडी जुंपून त्यांची मळ्यात रवानगीही केली.

'दोन वर्सांपूर्वी काऱ्हाटीच्या रानात आमचा योक गडी रातचा ह्या वंगाळ जित्राबांनी मोठ्या गलतीनं मारल्याची', सुरस हकिगतही वाटेत दसऱ्या रामोश्यानं सांगितली.

डॉ. मेश या अभ्यासकाचा अनुभव आणि आपल्या भारतीय शिकाऱ्याचा अनुभव यांचा मेळ घालणं कठीण आहे. एक तर थंड भूभागातल्या लांडग्यांपेक्षा आपल्याकडचे लांडगे स्वभावानं वेगळे असले पाहिजेत किंवा आपल्याकडच्या लांडग्यांचा पुरा अभ्यासच आजवर झालेला नाही. पुढं केव्हा होण्याची शक्यताही कमी आहे, कारण आता लांडगे तरी कुठं उरलेत?

'लांडगा आला, रे आला', हा वाक्प्रचार तरी आता भाषेत राहील का?

■

पराभव

२

कालिदास कवीच्या 'ऋतुसंहार' काव्यात शाल्मली वृक्षाच्या वनात लागलेल्या वणव्याचं वर्णन आहे –

'बहु तर इव जात: शाल्मलीनां वनेषु,
स्फुटती कनकगौर: कोटरेषु द्रुमाणाम्,
परिणम दल शाखानुत्पतन् प्राशुवृक्षान्,
भ्रमति पवनधूत: सर्वतोऽग्निर्वनान्ते!'

'वाऱ्यानं सोनेरी अग्नी सर्वत्र भडकून सावरीच्या वनात डोंब उठला आहे. ढोल्या तडकत आहेत. मोठमोठ्या वृक्षांचा पाला आणि फांद्या यांवर तो उड्या घेत आहे.'

कालिदासाच्या काळचा निसर्ग आता राहिलेला नाही. आता आपल्याला सावरीचं एखाद-दुसरं झाड बघायला मिळतं. सावरीचं वनच्या वन असं मी आजपर्यंत पाहिलं नाही. भंडारा जिल्ह्यात आणि राजस्थानात पळसाची वनं पाहिली आहेत. फुललेल्या पळसाचं वन हा चमत्कारच असतो. सावरीचं फुललेलं वन म्हणजे एक अद्भुत दृश्य असेल.

जोमानं वाढलेलं सावरीचं झाड भव्य दिसतं. अंगावर

रोम उभे राहावेत, असे जाड बुंध्याचे काटे त्याच्या राखी सालीवर दिसतात. एप्रिल-मे महिन्यात बचक्याएवढ्या मोठ्या लाल फुलांनी हा वृक्ष बहरला म्हणजे जणू कलावंत निसर्गानं स्वत: केलेली कलमकारीच; असा तो दिसतो. या काळात या वृक्षावर एकही हिरवं पान दिसत नाही. फांद्यांचा रेखामेळ आणि कळ्या, फुलं. या फुलांतला मध पिण्यासाठी सकाळी नाना जातीगोतींची पाखरं शाल्मली वृक्षावर गर्दी करतात. शाल्मली म्हणजे पाखरांचा 'पब' (पब्लिक बार) होतो. साळुंक्या, मैना, फुलचुख्या, बुलबुल, नाचन, दयाळ – अशी गोड गळ्याची पाखरं मध पितात आणि गातात. गातात आणि बोलतात. या फांदीवरून त्या फांदीवर भिरभिरतात आणि फुललेल्या फुलांत डोकावतात. इंग्लिश पबमध्ये घरवाल्या बायका दिसाव्यात, तशा पिणं आवडणाऱ्या खारीही शेपटं उडवीत फुलांतील मध पिताना दिसतात.

जंगलातल्या शाल्मलीची फुलं गळून पायतळी सडा पडला, म्हणजे फुलं खाण्यासाठी हरणं (कांचनमृग), भेकरं, रानडुकरं, नीलगाई असे वन्य प्राणीही येतात. अस्वलं आणि सायाळीही येत असाव्यात, असा माझा अंदाज आहे.

एकोणीसशे साठ साली पुण्यातल्या माझ्या घराच्या आसपासही शाल्मली वृक्ष होते. घरापाठीमागे वाहणाऱ्या कालव्याच्या काठी एक होता. घराच्या दक्षिण दिशेला, शेताच्या बांधावर एक होता. कालव्याच्या कडेकडेनं प्रभात रस्ता ओलांडून भांडारकर रस्त्यापर्यंत गेल्यावर डाव्या कोपऱ्यात एक भव्य आणि देखणा शाल्मली वृक्ष होता.

सरत्या फेब्रुवारीपासूनच याच्यावर फुलं फुलू लागायची आणि पाखरांची गर्दी व्हायची. सकाळी केव्हाही उठावं आणि या तिघांपैकी कुणाच्या तरी भेटीला जावं; गाठ पडेल का नाही, ही शंका कधी यायची नाही. हे त्या जागी असायचेच. आता ते तोडलेच गेलेत.

तांबड्या रंगातले शाल्मलीच बहुतेक दिसतात. फक्त कात्रज घाटात एक पिवळा आहे; इतरत्र पिवळा कुठं आढळला नाही.
डॉ. म. वि. आपटे यांनी आपल्या 'वनश्री' पुस्तकात पांढऱ्या शाल्मलीची माहिती दिली आहे. मी कधी पांढरा शाल्मली पाहिला नाही.

महाभारतात शाल्मली वृक्षाची एक सुरेख कथा आहे. कथेचा नायक म्हणून महाभारतकारांनी शाल्मली का बरं निवडला? वड, पिंपळ, अर्जुन का नाही निवडला?
शाल्मली हा भव्य आणि सुंदर वृक्ष आहे; शिवाय तो हाडाचा मऊ आहे, हे कारण असावं.

सुंदर आणि भव्य नायकाचं अध:पतन मनाला फार लागतं. होडकं बुडालं, तर वाईट वाटतंच; पण जहाज बुडालं, तर धक्का बसतो.

महाभारतातली सुंदर कथा मी माझ्या शब्दांत सांगू का?

हिमालयाच्या पायथ्याशी एक भव्य शाल्मली वृक्ष होता. प्रचंड खोड... बघणाराचं पागोटं भुईवर पडेल, एवढी उंची... जाडजूड, बळकट फांद्या-उपफांद्या... विशाल विस्तार, हिरवीकंच पानं... अशा श्रीमंतीमुळं हा अगदी नजरेत भरे. त्याच्या सावलीला अनेक जीव विसावत. कधी कांचनमृगांचे कळप, कधी रानगव्यांचा कळप, कधी नीलगाई, कधी सांबरं, कधी हत्ती, कधी वानरं. या विशाल वृक्षावर अनेक पक्ष्यांनी आपली घरटी केली होती – गरुडांनी, घारींनी. याच्या गर्द पालवीत पाखरं विसावत – पिंगळे, घुबडं, ससाणे.

हिवाळ्यात पानगळ होऊन वैभवत्यक्त सम्राट हर्षासारखा होऊन हा उभा असे. वसंत ऋतूत तांबड्या-लाल फुलांनी हा बहरून जाई. लवकरच फुलांची बोंडं धरत. पक्व होत. उन्हानं तडकत, फुटत. त्यांच्यातून शुभ्र तंतूंचा पिसारा अंगभर ल्यालेल्या काळ्या बिया वाऱ्यावर उडत आणि तरंगत-तरंगत रानभर पसरत.

पावसाळ्यातल्या एका सकाळी वाऱ्याची झुळूक वृक्षातळी थांबली. तिनं शाल्मली वृक्षाची भव्य अशी देहइमारत पाहिली आणि ती चकित झाली.

म्हणाली, ''हे वृक्षश्रेष्ठा, मी वायुलहर तुला नम्र प्रणाम करते!''

शाल्मलीची एक लहानशी डहाळी हलली. पानं वाजली. गंभीर, भरदार आवाज उठला –

''आयुष्यमान् भव!''

''हे वृक्षश्रेष्ठा – तू असा सुखरूप, सुदृढ, सुलक्षणी आणि सुढाळ दिसतो आहेस; तेव्हा प्रभंजनानं तुझ्या माथ्यावर वरदहस्त ठेवलेला दिसतो?''

''कोण प्रभंजन? मी ओळखत नाही!''

''अरे, एवढ्या शक्तिशाली, विनाशी, महावेगवान अशा वाऱ्याला तू ओळखत नाहीस?''

''मुळीच नाही.''

''त्याची कृपा आहे, म्हणून तू लहानाचा मोठा झाला आहेस; वाढला आहेस आणि जागी उभा आहेस.''

''मी कुणाच्याही कृपेवर उभा नाही. स्वत:ची मुळं रोवून घट्ट उभा आहे. स्वत:च्या ताकदीवर आणि आत्मविश्वासावर. बघितलंस का, किती पाखरं माझ्यावर आनंदानं जगताहेत! किती वन्य प्राणी माझ्या सावलीत विसावताहेत! बघितलंस का, माझं डोकं कसं ढगाला लागलं आहे! वर्षानुवर्षं मी इथंच असाच उभा आहे.''

"प्रभंजनाची कृपा आहे, म्हणूनच उभा आहेस ना?"

"छे-छे, कृपाबिपा कुणाची नाही. मी माझ्या स्वत:च्या सामर्थ्यावर, अक्कलहुशारीवर टिकून आहे आणि लहानसहान जीव माझ्या आश्रयानं सुखानं जगताहेत."

"अरे, तो प्रभंजन महाशक्तिशाली आहे. तो खवळला की, वनच्या वन भुईसपाट करतो, सागरात पर्वतासारख्या लाटा उठवतो, वस्त्या उडवून लावतो, लक्षावधी प्राणांचे घास घेतो. बाबा, या प्रलयकारी प्रभंजनापुढं सदोदित नतमस्तक असावं."

"असणारे असतील; मी कुणापुढं लवणार नाही – मग तो प्रपात असो, का प्रभंजन असो."

"बघ हं, हे तुझं बोलणं जर का कोणी प्रभंजनाच्या कानावर घातलं, तर तुझी धडगत नाही."

"ह्यॅ:! असल्या सुक्या दमाला मी भीक घालत नाही. जा, सांग त्याला खुशाल!"

"मी सांगू?"

"दहादा सांग. माझं एक बोंड नाही तुटणार!"

वाऱ्याची कळलावी झुळूक लगेच प्रभंजनाकडं गेली आणि म्हणाली, "हे प्रभंजना, हिमालयाच्या पायथ्याशी असलेल्या वनातला एक उन्मत्त शाल्मली तुझी अमर्याद सत्ता मानत नाही. तो म्हणतो की, गेली पन्नास वर्षं मी असाच इथं उभा आहे तो स्वत:च्या सामर्थ्यावर; कुणाच्या कृपेवर नव्हे! आणि पुढंही मी आणि माझं गोत असंच शतकानुशतकं उभे असू. कसलाही जोरदार प्रभंजन येवो, तो आमचं काही वाकडं करू शकणार नाही. बाबा रे, तू त्याला काही चमत्कार दाखव. चमत्काराशिवाय नमस्कार नाही."

प्रभंजन म्हणाला, "तू पुन्हा त्याच्याकडं जा आणि माझा निरोप सांग. म्हणावं, संध्याकाळी मी भेटायला येतो, तयारीत राहा."

झुळकीनं तत्परतेनं शाल्मलीला हा निरोप दिला आणि बोलणं न वाढवता ती निघून गेली.

शाल्मली वृक्ष विचारात पडला.

खरंच, घों-घों करत हा झंझावात जर धुराळा उडवीत आला; तर आपला टिकाव लागेल का? काय करील तो? पानं, साली उडवील? मला उघडा करील? आपणच ती टाकून देऊ या.

शाल्मली वृक्षानं एक-एक पान, लहान डहाळ्या, काटक्या-कुटक्या भराभर पायदळी टाकून दिल्या. नागवा होऊन उभा राहिला.

आता?

नाही म्हटलं, तरी माझ्या अंगावरच्या काही फांद्या तशा कमकुवत आहेत. झंझावातापुढं त्यांचा टिकाव लागणं कठीणच.

चला, त्याही टाकून देऊ या.

पानं, लहान डहाळ्या यांच्यामागोमाग शाल्मली वृक्षानं आपणहून काही फांद्याही मोडून पायदळी टाकल्या. नाही म्हटलं, तरी वृक्ष हे निसर्गानं उभारलेलं नेटकं, सुबक असं वास्तुशिल्पच असतं. फांद्या मुद्दाम तोडल्या-मोडल्या गेल्या की, सगळा तोल बिघडतो; आकार नासतो. इमारतीच्या जागी खिंडार दिसू लागतं. तशात जेवढ्या-जेवढ्या म्हणून बुंध्यापेक्षा कमी ताकदीच्या फांद्या होत्या, त्याही शाल्मलीनं मोडून टाकल्या. शाल्मलीच्या फांद्या आडव्या असतात; उभ्या नसतात. बऱ्याच आडव्या फांद्याही लाकूड होऊन भुईवर पडल्या. सरळसोट असा शाल्मली वृक्ष उभा राहिला. मनाशी म्हणाला, 'येऊ दे आता याला. काय करतोय माझं, बघू!'

संध्याकाळी घों-घों शब्द करत, वाटेत आलेली झाडंझुडं, पक्षी, प्राणी, ओढे, नाले यांचा धुव्वा उडवत प्रभंजन आला आणि सरळसोट उभ्या अशा शाल्मलीकडे बघून खो-खो हसायला लागला. म्हणाला, ''अरे, पुराणवृक्षा, मी स्वत:च्या सामर्थ्यावर उभा आहे, कुणाच्या कृपेवर नाही, अशी फुशारकी मारणारा तू; केवळ मी प्रभंजन येणार, या बातमीनं हादरून जाऊन स्वत:चा स्वत:च केवढा नाश करून घेतलास? किती कळाहीन झालास? अरे, पराभव-पराभव म्हणतात, तो हाच.''

महाभारतकारांनी गोष्टीचं तात्पर्य सांगितलेलं आहे, पण शहाणे वाचक केवळ गोष्ट वाचून तृप्त होतात. त्यांना तात्पर्य शोधावं वाटत नाही.

∎

खेड्यातून शहराकडे

३

माझ्या लहानशा शेतावर मला माणूस पाहिजे होता. राखणदार, झाडाची निगा ठेवणारा, जरूर तेव्हा पाटाचं पाणी झाडांना देणारा, रानातल्या झोपडीतच राहणारा.

पुष्कळ शोध करूनही मला माणूस मिळत नव्हता.

सगळे जण मला सांगत होते, 'आता लेबर मिळणं कठीण झालंय सगळीकडंच. शहराच्या आसपास तर फारच कठीण. बिल्डर अशा कामगारांना रोज वीस-पंचवीस रुपये देतात; तुम्ही कसे देणार?'

बिल्डरकडं करावं लागणारं काम आणि माझ्याकडं करावं लागणारं काम यात पुष्कळ फरक होता. सारं एक एकर रान. गुरंढोरं, कोंबड्या, बदकं – काहीनाही. राखण हे मुख्य काम. अंगमेहनत फारच कमी.

मी याला-त्याला सांगत राहिलो. अहो, माझ्यासाठी एखादा माणूस बघा. आणि आदिवासी जमातीत काम करणारे एक मित्र उपयोगी पडले. त्यांनी एक जवान आदिवासी पोरगा आणि त्याची बायको असं जोडपं डोंगरभागातून आणलं.

सकाळी एसटीनं आलेली ही दोघं दुपारी माझ्याकडं पोहोचली. जेवली आणि अंगणात बसून राहिली.

मी म्हणालो, "आज रात्रभर इथंच राहा. सकाळी मी तुम्हाला रानात पोहोचवितो."

घरासमोरच्या रस्त्यावरनं चाललेली रहदारी बघत ही दोघं बसून राहिली.

पोरगा अंगानं किरकोळच होता. उंचीनंही बुटका होता. त्या मानानं त्याची बायको चुणचुणीत होती. पोराच्या अंगात खाकी शर्ट आणि खाली निळी हाफ पँट होती. खांद्यावर तांबड्या चौकड्याचा टॉवेल होता. पायांत काही नव्हतं.

त्याच्या बायकोनं अपरं लुगडं चापून-चोपून नेसलं होतं. त्याचा रंग हिरवा, चोळी तांबडी. रंग तुकतुकीत काळा. दात पांढरेशुभ्र.

ह्या आधी कुठं काम करत होता, म्हणून विचारलं, तर पोरगा म्हणाला, "बागंत."

"आणि तुझी बायको?"

"घरीच ऱ्हात होती."

थोडी बोलाचाली झाली. मी माझ्या कामाला लागलो.

संध्याकाळ झाली.

समोरच्या रस्त्यावरची रहदारी वाढली. स्कूटर, गाड्या, रिक्षा, बस, ट्रक, सायकली, मोटरसायकली तुफान वेगानं जाऊ-येऊ लागल्या.

अंगणातून बाईच्या रडण्याचा आवाज आला; मागोमाग पुरुषाच्या रडण्याचाही.

मला काही कळेना. बाहेर येऊन पाहिलं, तर अंगणात बसलेलं हे जोडपंच रडत होतं.

"काय झालं रे? भांडला काय दोघं?"

"न्हाई."

"मग रडता का?"

हे दोघंही गप्प. तिनं पदरानं नाक-डोळे पुसले. ह्यानं तळहातानं आपले डोळे पुसले. पण चेहऱ्यावरून दिसत होतं की, रडणं बराच वेळ हळूहळू आणि पुन्हा मोठ्यानं असं झालं असावं. रडलेल्या माणसाचा चेहरा गढूळ दिसतो, तो लवकर निवळत नाही. नुकतंच लग्न झालेलं असं हे जोडपं होतं. तिचे आई-बा घरी होते. ह्याची आई, भाऊ होता. घरादाराला, आपल्या माणसाला सोडून दूर कुठं इथं शहरात आले; त्यामुळं एकाकी, असुरक्षित वाटून ही रडत असतील, कुणाला ठाऊक! आपल्याला त्यांचं मन कसं कळावं?

त्या पोराला मी पुन:पुन्हा विचारल्यावर तो रस्त्याकडं हात करून म्हणाला, "लई आवाज होतो."

"हो, होतो खरा."

"त्यानं आमाला रडायला आलं."

रानात राहणाऱ्या या पोरांनी हा आवाज कधी ऐकला नसणारच. कधीमधी

ढोलाचा, कधी रानभोपळ्यापासून केलेल्या वाद्याचाच आवाज ह्यांनी ऐकला असणार!

रस्त्यावरनं धावणाऱ्या वाहनांचा आवाज ऐकून ह्यांना रडायला आलं?

मी थक्क झालो. वाटलं, आपण किती निबर होऊन गेलो आहोत आणि ह्या पोरांनी आपलं आदिवासीपण कसं जपलं आहे! फारच नैसर्गिक गोष्ट आहे ही. रानातली पाखरं नाहीत का, पत्र्याचा डबा वाजवल्यावर पळून जातात.

सकाळी लवकर त्या दोघांना घेऊन मी शेतावर गेलो आणि त्यांना झोपडी उघडून दिली. वाहणारा पाण्याचा पाट, झोपडीच्या मागंच असलेली विस्तीर्ण टेकडी आणि पठार. झाडा-झुडपांनी, काकडीच्या वेलांनी गच्च हिरवं दिसणारं रान. नाना जातींच्या पक्ष्यांचे आवाज.

आदिवासी पोरं खूश झाली.

मी विचारलं, "इथं रडायला येईल का?"

"न्हाई." म्हणून पोरं हसली.

आजूबाजूच्या शेतकऱ्यांच्या ओळखी करून दिल्या. गावातलं वाण्याचं दुकान दाखवून दिलं. महिनाभराचा दाणागोटा घेऊन दिला. खर्चासाठी पैसे दिले आणि मी पुण्याला निघून आलो. आपल्या उद्योगात मग्न झालो.

आठ दिवस झाले आणि एके दिवशी संध्याकाळी माझ्या रानाशेजारी वस्ती असलेल्या शेतकरी शेजाऱ्याचा फोन आला.

"तात्या, तुमचा नवा गडी तुमच्याशी बोलायचं आहे, म्हणतो."

"का, काय झालं?"

"बघा, तोच बोलतोय."

मग आदिवासी पोराचा आवाज – "तुम्ही दिलेले पैसे संपले. आम्ही उपाशी मरतो आहे. पैसे पाहिजेत आज."

"अरे पण, तुम्हाला महिनाभर पुरेल एवढं धान्य दिलं होतं."

"ते खाऊन संपलं."

"शंभर रुपये दिले होते –"

"तेबी उडाले."

हातातली कामं अर्धवट सोडून मी टाकोटाक शेतावर गेलो आणि पुन्हा पैसे देऊन माघारी आलो. वाटलं, यांची भूक आपल्याला कळली नाही. आजूबाजूच्या लोकांकडून कळलं की, ही दोघं दिवसभर डोंगरातून पाखरं – म्हणजे होले, चित्तूर, लावे धरायला हिंडतात. दिवस मावळला की, झोपडीच्या दाराला बाहेरून कुलूप लावतात. खिडकीतून दोघं आत जातात आणि खिडकी लावून टाकतात.

मी मनाशी म्हणालो,

'आदिवासी पोरं पाखरांमागं धावणारच. शिकार हा त्यांचा धर्मच आहे. आजूबाजूला वस्ती, शेजार नाही. भीती वाटत असेल, म्हणून रात्री बाहेर कुलूप लावत असतील. आपल्या फळझाडांची राखण होतेय, झाडांना वेळेवर पाणी मिळतंय; ठीक आहे.'

पुन्हा आठ दिवसांनी फोन –

"पैशे उडाले, आम्ही उपाशी हाय."

महिना संपायच्या आतच पोरांनी पगारापेक्षा जास्ती उचल घेतली होती.

मी खोदून-खोदून विचारलं; तेव्हा कळलं की, बायकोसाठी लुगडं आणि स्वत:साठी शर्ट-पँट अशी खरेदी पोरानं केली होती. सिगारेटी ओढल्या होत्या. त्यात चारशे रुपये खर्ची पडले होते. आता त्याला बूट घ्यायचे होते.

रानामाळात काम करणाऱ्या पोराला पँट कशाला पाहिजे होती, हे मला कळलं नाही. कदाचित त्याची फार दिवसांची इच्छा असेल, ती त्यानं पुरी केली. बूट घातले की, प्रतिष्ठा मिळते असंही त्याला वाटत असावं.

मी समजावून सांगितलं की, "तुझ्या पगारातून थोडे-थोडे पैसे साठवून तू कपडे घ्यायला हवे होतेस. सगळा पगार सिगारेटी, कपडे, बूट ह्यात घातलास; तर खाशील काय? मी तुला वारंवार उचल कशी देऊ? नीट राहा."

जानेवारी महिना गेला, फेब्रुवारी गेला. अर्धा मार्चही गेला.

एके दिवशी शेजारच्या शेतकऱ्याचा अचानक फोन आला.

"तात्या, तुमच्या गड्याची बायको आजारी पडलीय."

"काय झालंय?"

"तुमचा गडी म्हणतोय – तिची शुद्ध गेलीय, वाचा गेलीय."

मी म्हणालो, "मला तिथं पोहोचेपर्यंत आता तास तरी जाईल. तुम्ही एखादं वाहन करून तिला गावातल्या हॉस्पिटलात पोहोचवाल, तर मेहरबानी होईल. डॉक्टर माझ्या परिचयाचे आहेत. डॉक्टरीणबाई म्हणजे माझ्या मित्राची मुलगीच आहे. त्यांना माझं नाव सांगा. तासाभरात मी हॉस्पिटलात येतो."

मी फार काळजीत पडलो. एकाएकी या मुलीला झालं काय? वाचा जाणं, शुद्ध जाणं, म्हणजे काही तरी गंभीर आजार असला पाहिजे.

तासाभरात पोहोचतो म्हणालो होतो, तरी हॉस्पिटलमध्ये जाईपर्यंत तीन तास होऊन गेले.

गंभीर चेहऱ्यानं मी मित्राच्या मुलीपाशी गेलो, तर तिनं हसून माझं स्वागत केलं. म्हणाली, "काही झालेलं नाही तुमच्या गड्याच्या बायकोला; ती गर्भार आहे!"

"पण, वाचा बसलीय, बेशुद्ध झालीय म्हणून फोन आला मला."

"तो सगळा बनाव आहे, असं समजा. या दोघांना, विशेषत: त्या मुलीला, इथं आता राहायचं नाही. गावी जायचं आहे. तुम्ही जाऊ देणार नाही, पिकं निघाल्यावर जा म्हणाल म्हणून त्यांनी ही युक्ती केली आहे."

"ती प्रवास करू शकेल का?"

"हो. जाऊन बघा नं – कॉटवर हसत बसलीय!"

सामानसुमानाची बांधाबांध करून मी त्या दोघांना स्वारगेटच्या मोटार स्टँडवर पोहोचतं केलं आणि सुटकेचा सुस्कारा सोडला. 'गडी-माहात्म्य' या ग्रंथातला एक अध्याय संपला.

माणसं खेडी सोडून शहराकडं धावतात, ती फक्त रोजगार मिळावा म्हणून; का आणखी काही मिळावं, म्हणून?

शहरात रोजगार सहज मिळतो. फारशी अंगमेहनत न करता, कामचुकारपणा करूनही राहता येतं. चंगळ करता येते – म्हणजे कपडे, बूट, सिगारेट, पिक्चर हे करता येतं. ह्या ओढीनंही काही लोंढे रोजच्या रोज शहराच्या रेल्वे स्टेशनवर, एस.टी. स्टँडवर उतरत नसतील ना?

झोपडपट्ट्या वाढण्याच्या कारणांपैकी एक कारण हेही नसेल ना? ∎

अरण्यवाचन ४

गेल्या एप्रिल महिन्याच्या पहिल्या आठवड्यात नगर जिल्ह्यातल्या रेहेकुरीला गेलो होता. उन्हाळाच होता. पाऊस मुळीच झालेला नव्हता. त्यामुळे एरवी फार प्रसन्न वाटणारं हे काळवीट हरिणांचं अभयारण्य ओकंबोकं वाटत होतं. बाभळी, हिवर, शिसू, तरटी अशा दाट वनातसुद्धा अजून हिरवं वैभव दिसत नव्हतं. सोनेरी रंगाचं वाळलं गवत मात्र सगळीकडं पसरलेलं होतं. वर निळंभोर आकाश आणि खाली पिवळं धम्मक गवत. त्यावर उड्या घेणारे काळवीट.

भल्या सकाळी उठून आम्ही रानात हिंडत होतो. ह्या खेपेला माझ्याबरोबर बाबा पाठक आणि प्रोफेसर दामले होते. मला आणि बाबाला नुसतं हिंडायचं होतं. जमलं, तर जंगल वाचायचं होतं. वाचायचं म्हणा किंवा लावायचं म्हणा. नुकताच साक्षर झालेला माणूस जेव्हा मोठं पुस्तक हातात घेतो, तेव्हा मन लावून वाचतो. प्रो. दामल्यांना स्लाइड्स घ्यायच्या होत्या. काही वेळ मी, बाबा, नगरचे डी.एफ.ओ. रेंजर, तीन-चार फॉरेस्ट गार्ड्स सगळे एवढंच पाहत होतो की, हरणांचा कळप दामल्यांच्या दिशेनं कसा जाईल आणि त्यांना वेगवेगळे फोटो कसे घेता येतील. हरणांना संशय आलाच होता. ती

दूर-दूर भटकत होती. टेलिफोटोलेन्सच्या टप्प्यातही येत नव्हती. शिवाय वन्य प्राण्यांचे-पक्ष्यांचे फोटो घेणं, ही एक विशेष कौशल्याची बाब आहे. फासेपारध्याप्रमाणे लपत-छपत जाऊनच फार हुशारीनं हे काम करावं लागतं. कधी झाड-झुडपांचा आडोसा घेत, तर कधी ओढ्या-ओघळीत उतरून, वळसा घेऊन चरणाऱ्या कळपाजवळ पोहोचावं लागतं. माझ्या गावचा बापू रामोशी डोक्याला तरवडाचे डहाळे बांधत असे आणि रांगत-सरपटत हरणाजवळ पोहोचत असे. हे कसब काही दामल्यांपाशी नव्हतं. ते आपले जवळ-जवळ जायला बघत आणि त्यांना आशा दाखवून ऐन वेळी कळप उधळून जात असे.

असा लपंडाव खेळूनही काही सुरेख फोटो त्यांनी मिळवले आणि न्याहारीची वेळ होऊ लागली, तसे आम्ही विश्रामधामाच्या दिशेनं सरकू लागलो.

रेहेकुरी हे विस्तीर्ण माळरानावरचं अभयारण्य आहे. मला पानगळी, जांभळा पक्षी किंवा सदा हिरवंकंच राहणाऱ्या जंगलापेक्षा असलं माळरान जास्त आवडतं. का, हे सांगता येणार नाही. कदाचित माझं पंधरा-सोळा वर्षांपर्यंतचं आयुष्य इथल्या माळरानावर भटकण्यात गेलं असल्यामुळं असेल. ह्या काळातल्या अनुभवांची बरोबरी करू शकेल, असा एकही अनुभव माझ्यापाशी नाही. त्या वेळचं माझं जीवन म्हणजे मोटेवरचं गाणं होतं.

रेहेकुरीचं टुमदार विश्रामगृह पुढं रस्ता आणि विश्रामधाम यांच्या उमाठ्यावर आहे. त्यांच्या मध्ये उतारावर बाभळी, मुरभुटी, हिवर, शिसू, तरटी, निंब अशी झाडं आहेत. ह्या झाडीच्या बगलेनं आम्ही येत होतो. खाली कुठं कोकाट्या गोंगाट करत होत्या. कोवळी पालवी उसळून बाहेर पडू पाहत असलेल्या एका डेरेदार बुटक्या हिवरावर डोळ्यांवर काजळाची रेघ असलेला, पांढऱ्या पोटावर गुलाबी शिडकावा असलेला एकाकी श्राईक बसला होता. बुलबुल बोलत होते. मुके राघू गिरक्या घेत होते आणि एकाएकी मला लहान भाकरीच्या आकाराचं खळं समोर दिसलं.

मी वाकून पाहिलं आणि म्हणालो, ''बाबा, काल संध्याकाळी इथं ससा लोळला आहे, बघ.''

सगळे माझ्याभोवती गोळा झाले.

''कशावरून ससाच?''

वाळल्या गवताच्या पसाऱ्यात खळ्याच्या बाजूलाच उठून दिसणाऱ्या हिरवट रंगाच्या लहान लेंड्या होत्या. त्यातल्या चार तळहातावर घेऊन मी म्हणालो, ''ह्या लेंड्या बघा सशाच्या –''

एक लेंडी चुरडून पाहिली, तर आत ओलीच होती.

''सशाची लेंडीची जागासुद्धा ठरावीक असते. आज संध्याकाळी दिवस मावळायच्या

वेळी आपण जर दडून पाहिलं, तर ह्याच जागी तो लोळताना दिसेल.''

ही माहिती सगळ्यांनाच नवीन होती.

बोलत-बोलत पुढं आलो, तर वाळल्या गवतात हरणं बसल्याच्या अर्ध-गोलाकार खुणा दिसल्या.

''काल रात्री इथं तीन हरिणी आणि दोन पाडसं बसली होती.''

ह्या खुणा मात्र फारच स्पष्ट होत्या. प्रो. दामल्यांनी लगेच त्याचा रंगीत फोटोही घेतला.

आणखी थोडं पुढं आलो.

लेंड्यांचा भला मोठा पसारा होता. काही जुन्या, काही ताज्या लेंड्या होत्या.

''ही जागा म्हणजे काळविटांचा संडास आहे. रोज तो इथंच लेंड्या टाकतो. शिवाय ही हद्दीची खूण आहे. माजावर येण्याचे सर्वांत गर्दीचे महिने म्हणजे मार्च-एप्रिल. ह्या काळात प्रत्येक नर आपली हद्द राखून राहतो. ह्या हद्दीची खूण म्हणजे लेंड्या. ह्या लेंड्या टाकून होताच त्याच्या मुताचा सडाही घातला जातो आणि नर त्या ढिगावरच बैठक मारतो. का, तर हा वास अंगालाही फासला जावा आणि त्यानं वाफेवर आलेल्या माद्या आकर्षित व्हाव्यात. ह्या जागा मोक्याच्या ठिकाणी असतात.''

प्रो. दामल्यांनी ह्या लेंड्यांच्या ढिगाचाही फोटो घेतला.

पुढं पुण्याला परत आल्यावर रेहेकुरीच्या सुंदर स्लाइड्स जेव्हा आम्ही पाहिल्या; तेव्हा पहिल्यांदा माझ्या मनात विचार आला की, जंगलातील खाणाखुणा ह्या विषयावर एक सचित्र पुस्तकच लिहिता येण्यासारखं आहे. किती परीनं आपल्याला जंगल वाचता येतं!

चंद्रपूर जिल्ह्यातल्या ताडोबा अभयारण्यात मी गेलो होतो. निळ्या पाण्याचं सुंदर तळं ताडोबाला आहे. ह्या तळ्याच्या पार पलीकडच्या टोकाला झाडांतून हिंडताना कित्येक झाडांच्या सालीच्या चिंध्या लोंबताना मी पाहिल्या. हे कर्तृत्व चितळ नराचं असतं. चितळाच्या माथ्यावर सुंदर फाटेवाली शिंगं असतात. माद्यांना आकर्षित करणारी, इतर नरांना धाक म्हणून उपयोगी पडणारी ही शिरोभूषणं माजाचा काळ संपला की, पडून जातात आणि पुढल्या वर्षी पहिल्या शिंगांपेक्षा उंचीनं जास्त अशी येतात. ही माथ्यावरून गळलेली किंवा पाडलेली शिंगं कधी दोन्हीही एकदम अशी रानात सापडत नाहीत. मी नागझिरा, ताडोबा, भरतपूर, नवेगावबांध, गुंजावती, कोंडणकेरी, दड्डीकेरी, मासूर ह्या जंगलांतून खूप पायी हिंडलो. पण मला कधी शिंगं

सापडली नाहीत. एक तर अशी पडलेली शिंगं त्यातल्या कॅल्शियममुळे खाऊन टाकली जातात. कोण खातं, ह्याचा नीट पत्ता मला नाही. असे सांगतात की, सायाळ खाते आणि आदिवासी लोकही अशी शिंगं गोळा करतात आणि पिस्तुलाच्या मुठी करणाऱ्या कारखान्यात विकतात. एवढ्या पायपिटीत मला फक्त एकदा भूतान हद्दीलगतच्या मानस नदीच्या पात्रात एक शिंगं सापडलं आहे, ते हॉगडिअरचं. पंच्याहत्तर साली सापडलेलं हे शिंग आजही माझ्या संग्रही आहे. चितळांना नवी शिंगं येतात, तेव्हा त्या शिंगांवर मखमली असं आवरण असतं. वाढ पूर्ण झाली की, चितळ नर झाडावर शिंगं घासून हे आवरण काढून टाकतात. असं काढून टाकलेलं आवरणही कधी दिसत नाही, कारण ते स्वत: चितळच खाऊन टाकतात. हे आवरण निघालं की, शिंगं पांढरीधोप होतात. पण त्यांना लाकडी रंग तत्काळ चढतो. ही किमया ज्या झाडावर तो शिंग घासतो, त्या झाडाच्या रसाची असते. शिंग घासून झाडाची साल निघालेली असते. ह्या खुणा आपल्याला ओळखता येतात. काही झाडांच्या साली उन्हाळ्यात सांबरांनी खाल्लेल्या असतात. दातांच्या खुणांवरून झाडावर ती खूण किती उंचीवर आहे, त्याच्यावरून आपल्याला ह्या खुणाही ओळखता येतात. तिसरी खूण म्हणजे, माजाच्या दिवसांत चितळ नरांनी झाडाच्या खोडाशी टक्कर खेळलेली असते. सालीच्या चिंध्या लोंबलेल्या असतात. शिंगांच्या दणक्यांनी साल चिरलेली दिसते. ही खूणही ओळखता येते. घासण्यातला आणि ह्या टकरीतल्या फरक म्हणजे, घासणं खोडाच्या एकाच बाजूला असतं. 'टक्कर' मात्र चौफेर दिसते. ताडोबाला आणि नागझिराला ह्या घासल्याच्या, टकरीच्या आणि साल खाल्ल्याच्या तिन्हीही खुणा मला पाहायला मिळाल्या. गेल्या नोव्हेंबर महिन्यातच मी राजस्थानातल्या रणथंबोर अभयारण्यात एक संध्याकाळ, एक रात्र आणि थोडीशी सकाळ घालविली. तिथं सांबरं खूप आहेत (३१००). इथं मी संध्याकाळी पाण्यावर आलेली वाघीण आणि तिचे दोन बच्चे पाहिले, पण झाडांच्या खोडांवरच्या खुणा मला वेळेअभावी पाहता आल्या नाहीत. अर्थात, तिथं मला कोणी पायी हिंडूही दिलं नसतं. वीस-पंचवीस वाघ ज्या अभयारण्यात निर्वेध हिंडतात, त्या जंगलात माझ्यासारख्या नव्यानं येणाऱ्याला पायी हिंडायला परवानगी कशी देतील?

नागझिरा जंगलातही मी सालीच्या चिंध्या लोंबणारी झाडं पाहिली होती आणि अंजनाच्या झाडाबुडी सांबराची लोळणही पाहिली होती. माजाला आलेले हे सांबर नर शिंगानं, खुरानं माती उकरतात. नाचतात, मुततात. ह्या खड्ड्यात मग पावसाळ्यात चिखल-राड होते. त्यात सांबर लोळतं. ह्या ठिकाणांना उग्र वास येतो. त्या वासानं माद्या आकृष्ट होतात. मी पाहिलेली लोळण वाळून गेलेली होती. त्यामुळे तीक्ष्ण नाक असूनही मला वास काही आला नाही. पण आकार, नाल्याजवळची जागा पाहून ही सांबराची लोळण आहे, हे मात्र कळलं. नाल्याच्या जागी रानडुकरांच्याही

अशा लोळणी दिसतात. त्यांनी लोळून झाल्यावर जवळच्या झाडाच्या बुंध्यांना अंग घासलेलं असतं. त्या खुणाही मला नागझिरा जंगलात पाहायला मिळाल्या. झाडाचे बुंधे राडीनं माखलेले दिसले.

जंगल वाचायचं, म्हणजे आपल्याला असंख्य मुळाक्षरं असलेली लिपी वाचता आली पाहिजे. असं सांगतात की, चिनी चित्रलिपीत मुळाक्षरांची संख्या प्रचंड आहे. त्याहीपेक्षा मुळाक्षरांना आदिअंत नसलेली ही जंगलची लिपी आहे. इथं वाटा बघत गेलं की, इथं-तिथं विष्ठा आढळतात. ही विष्ठा कुणाची, कधीची, हे कळलं पाहिजे. त्या खुणा बारकाईनं पाहणं, हे काही आल्हाद वाटणारं काम नाही; पण ह्यातून फार महत्त्वाची माहिती कळते. वन्य प्राणी, पक्षी ह्यांच्या विष्ठेतून न पचलेला अन्नाचा भाग असतो. हाडांचे तुकडे, केस, पिसं, वनस्पती, बिया, साल, कातडी असते. रानकुत्र्यानं घोरपड पकडून खाल्ली आहे, बिबळ्यानं वानर खाल्लं आहे, मोरानं भोकरं खाल्ली आहेत; हे आपण सांगू शकतो. अगदी परवा धायरीच्या शेतातल्या बांधावर सकाळी मी विष्ठा पाहिली. ती कोल्ह्याची होती. कारण तिच्यात केस होते आणि बांधाला पडलेल्या आंब्याच्या लहानशा डहाळीवर ती टाकलेली होती. डोंगराच्या उतारभागात, मनुष्यवस्तीपासून अर्धा-एक मैलभर दूर कोल्ह्याशिवाय दुसरं कोण येणार? लेंडीचा आकार आणि टोकदार शेवट विशेष लक्षात घेण्याजोगा होता.

आफ्रिकेच्या अरण्यात गोरिला वानरांचा अभ्यास करत असताना प्रख्यात प्राणिशास्त्रज्ञ जॉर्ज शेल्लर एकवार वाट चुकला. वाट शोधत मुक्कामाच्या ठिकाणी जाता-जाता धुक्यामुळं त्याला पुढचं दिसेना. समोर हत्तीच्या शेणाचा ढीग आढळला. हे ताजं आहे का जुनं, पाहण्यासाठी ढिगात बोट खुपसून पाहिलं. आत शेण उष्ण लागलं, म्हणजे रानहत्तींचा धोकादायक कळप समोरच असला पाहिजे, असा अंदाज त्यानं केला आणि तो बिनचूक होता.

जंगलात रानावनात प्राणी कसेही भटकत नाहीत. त्यांची राहण्याची निश्चित जागा असते आणि हिंडण्या-फिरण्याचीही ठरावीक हद्द असते. ह्या त्यांनी आखून घेतलेल्या जागेत अनेक वाटा पाडलेल्या किंवा पडलेल्या असतात. आणीबाणीच्या वेळी ह्यापैकी कोणत्याही वाटेनं पळ काढता येतो. ह्या वाटा बहुधा रात्रीच्या वेळीच उपयोगात आणायच्या असतात. त्यामुळं डोळ्यांपेक्षा नाकावर जास्ती भरवसा असतो, कारण आधीच्या वाटसरूंनी काही वास ठेवलेलेच असतात. जंगलातल्या अशा वाटा शोधून नि:शब्दपणे आणि हलक्या पायानं त्या जर तुडवल्या, तर अनेक खाणाखुणा दिसतात. पाण्याच्या झऱ्याशी येणाऱ्या वाटा तर अद्भुत असतात. सायाळीचे काटे, मोरांचे पंख, सापाची कात, कांचनमृगाचं शिंग अशा वस्तू तुम्हाला तिथं दिसतात. तशी नाना प्राण्यांची पावलंही दिसतात. इथून फार ये-जा होत असते

ना! अगदी भल्या पहाटे उठावं आणि ह्या वाटा धुंडाव्यात. पाण्याकाठच्या ओल्या मऊ गाळावर तर अनेक खाणाखुणा आढळतात. वासोटा किल्ल्याच्या पायथ्याशी मला दोघा लहान अस्वलाच्या पिल्लांची पावलं दिसली होती आणि बामणोलीहून तिकडे पाण्यातून जाताना काठाशी उभ्या असलेल्या लाँचमध्ये अगदी भल्या सकाळी मीच प्रथम पाऊल जेव्हा टाकलं; तेव्हा लाँचमध्ये काय आहे, हे बघण्यासाठी पाण्यातून आलेल्या कुणी तरी धप्पकन त्या टोकाशी उडी घेतल्याचं मी ऐकलं.

माझी नव्वद टक्के खात्री झाली की, हे ओटर होते. पण तिथून वासोट्यापर्यंतच्या प्रवासात ओटरनं कुठंही पाण्यातून डोकं काढून लाँचकडे पाहिलं नाही. पेरियारच्या तळ्यातून लाँचनं जाताना फक्त एकदाच मला पाच ओटरचा कळप पाण्यात आढळला होता. त्यांनी धीटपणे माना वर काढून लाँचकडे पाहिलंही होतं. नवेगावबांध जवळच्या इटियाडोह ह्या जलाशयाच्या काठानं रात्री उशिरा हिंडताना अगदी असाच धप्प आवाज मी ऐकला होता. मी आणि मारुतराव चितमपल्ली हुदाळ्यांच्या शोधातच होतो. इकडं ओटरला 'हुदाळे' असा शब्द आहे. प्रत्यक्ष ओटर कुठं दिसलं नाही; पण हा आवाज ऐकताच मारुतराव म्हणाले, "हे ओटरच. आडोशाला काठावर होतं. ते आपली चाहूल लागताच पाण्यात पडलं."

पाण्याच्या काठाने फिरताना माशांचा सांगाडा दिसला की, हा मासा ओटरनं खाल्लेला आहे, हे कळतं म्हणे. माशाचं डोकं प्रथम खाऊन शेपटाकडचा भाग टाकून दिलेला असतो. पण मला भंडारा जिल्ह्यातील पालादूरच्या कोळ्यांनी सांगितलं की, "आमचा गळाला लागलेला मोठा मासा ओटर खाऊन टाकतो. खाता-खाता तोंडापर्यंत येतो आणि गळाला लागलेल्या माशाचं तोंड मात्र सोडून देतो. रात्री लावलेले गळ सकाळी जेव्हा आम्ही काढायला जातो, तेव्हा कित्येक गळांना नुसती माशांची मुंडकीच दिसतात!"

जंगलातून गेलेले मोठे रस्ते अगदी सकाळी पाहावेत. त्यावर पुष्कळ पावलं उमटलेली असतात. सांबरांची, चितळांची, रानडुकरांची, कोल्ह्यांची, अस्वलांची, गव्यांची, मोरांची, रानकोंबड्यांची. बहुतेक प्राण्यांनी मोठ्या रस्त्यांचा उपयोग फक्त ओलांडून जाण्यासाठी केलेला असतो. अर्थात, हे कळण्यासाठी वेगवेगळ्या प्राण्यांच्या पायांचे ठसे कसे असतात, हे आपल्याला माहिती पाहिजे. चांगला वजनदार प्राणी असला की, टाचेकडच्या बाजूला पाऊल खोल उमटतं. पावलं केव्हाची? जुनी की ताजी, हे कळण्यासाठी थोडासा बारकावा हवा. ह्या मागल्या खोल भागात वाऱ्यामुळं केरकचरा येऊन पडला असेल, तर मी हे पाऊल जुनं आहे म्हणेन. अगदी ताजं नाही.

कर्नाटकातल्या गुंजावती ह्या बांबूच्या जंगलात मी एकवार चुकलो होतो. बराच

भटकलो, तरी वाट सापडेना. बांबूच्या जंगलात खाणाखुणाही नसतात. बांबूची बेटं सगळी सारखीच दिसतात. आवाज दिला तरी तो दूर ऐकू जात नाही. शेकोटी पेटवून रात्र जंगलातच बसून किंवा झाडावर बसून काढावी लागणार, असा रंग दिसू लागला. शेवटी मला बऱ्याच दिवसांत न वापरलेली जुनी पायवाट दिसली. ह्या वाटेवर जुनं वाळून गेलेलं बैलाचं शेण पडत गेलं होतं. ही पायवाट कोणत्या तरी मोठ्या रस्त्याला किंवा वस्तीला नक्कीच जात असणार, म्हणून ती धरली आणि खरंच, बरीच पायपीट केल्यावर मोठ्या रस्त्याला जाऊन मिळालो. ह्या रस्त्यावर बांबू वाहून नेणारी बैलगाडी आढळली. बांबूच्या ढिगावर बसून मी तालुक्याच्या गावी पोहोचलो आणि तिथून माघारी कँपवर आलो.

पाण्याकाठच्या ओल्या जागी पाण्यावर आलेल्या प्राण्यांचे ठसे अगदी स्पष्ट असे आपल्याला पाहता येतात. पाणपक्ष्यांच्या पायांचे ठसेही अगदी स्पष्टपणे आपल्याला पाहता येतात. पाणी आटून गेलेलं तळं तर अशा निरीक्षणासाठी अप्रतिम ठिकाण असतं.

कधी काळी खडकावर आपल्याला लहान-मोठ्या पिसांचा विस्कटलेला पसारा दिसतो. थोड्या बारकाईनं पाहिलं की, मोठे पंख हे पारव्याचे आहेत, पांढऱ्या किंवा तांबड्या होल्याचे आहेत, का चित्तुराचे आहेत, हे ओळखता येतात. मोठ्या पंखांचा मधला दांडा वर बुडाकडं फाटलेला, वाकलेला दिसला; तर हे काम ससाण्याचं आहे, असं समजतं. कारण पक्ष्याची शिकार करून ससाणा ती आपल्या ठरावीक जागी आणतो आणि पायाखाली दाबून त्याचे पंख उपसतो. त्याच्या कोठ्याच्या आसपासची ही जागा असते. मारलेल्या पक्ष्याच्या छातीचं मांस आधी खाल्लं जातं. घुबड मात्र आपल्या शिकारीला घेऊन झाडाच्या फांदीवर जातं. तिथंसुद्धा शिकार फार स्वच्छ करण्याऐवजी तशीच मटकावून, नंतर कधी तरी केसांची गुठळी थुंकून टाकतं.

जंगलातही आपण सावकाशपणे हिंडताना अनेक आवाज ऐकू येतात आणि त्यांना अर्थ असतो. चितळ, हरिण 'पुक्पुक्' असा आवाज अचानक करतं; तेव्हा त्यानं काही तरी भीतिदायक पाहिलेलं असतं. वाघ, जंगली कुत्रा किंवा माणूस. ही इतरांना धोक्याची सूचना असते. मोर एकाएकी उच्च स्वरानं ओरडतो. त्याचाही अर्थ तोच असतो. वानर 'खकर्र खक्, खकर्र खक्' असा आवाज काढतं. तीही धोक्याची सूचना असते. टिटवी, तांबड्या डोक्याचा राघू, राजहंस, ढोके हेही मोठ्यानं ओरडा करतात. राजस्थानातल्या रणथंबोर अभयारण्यातल्या तळ्यावर, पाण्यावर आलेली वाघीण पाहून पाण्यात असलेली बदकं, ढोक, करकोचे मोठमोठ्यानं आवाज करीत

असल्याचे मी संध्याकाळी सहा वाजता पाहिले. खूप उंच गवतातून पाण्याकडे येणारी वाघीण दिसण्याआधीच ही पाखरं कलकलाट करीत उडाल्याचं मी पाहिलं. म्हणजे जंगल वाचताना डोळे आणि कान दोन्ही उपयोगी येतात. नाकही येतं. माणसाचं नाक मुळात आधी लवकर थकणारं इंद्रिय आहे. वन्य प्राण्याशी तुलना केली, तर आपलं नाक तीक्ष्णपणाच्या बाबतीत फारच सामान्य आहे. एरवी जसे डोळे, जसे कान, तसंच अगदी नाकही कामी येतं. सांबराची लोळण आपल्याला वासावरून कळते. वाघ, वाघीण, बिबळ्या जाता-जाता आपली हद्द आखून घेण्यासाठी झाडाच्या बुंध्यावर मुताची तुरतुरी सोडतात. प्राणिशास्त्रज्ञ शेल्लर म्हणतो,

'हा वास मी तीन महिन्यांनंतरसुद्धा ओळखू शकेन!'

आवाज, वास, पायांचे ठसे ह्यांवरून आपल्याला माहिती कळते; तशी ती प्राण्यांच्या आणि पक्ष्यांच्या खाण्याच्या पद्धतीवरूनही कळते. रानडुकरानं मुळे, गड्डे, किडे शोधण्यासाठी जमीन उकरली असली, तर त्याच्या मुस्कटाच्या खुणा दिसतात. रोपाचा शेंडा हरणानं खाल्ला, का सशानं खाल्ला, हे खाण्याच्या पद्धतीवरून कळतं. हरणाचं खाणं कुरतडल्यासारखं दिसतं, तर सशाचं तुकडा उडवल्यासारखं.

अस्वलानं वारूळ उकरून वाळवी खाल्लेली असते. वाघानं झाडाच्या बुंध्यावर नखं ओरबाडून धारदार केलेली असतात. झाडाच्या बुंध्यावर अस्वलाच्या चढण्यामुळं नख्यांच्या ओरखड्याचं नक्षीकाम झालेलं असतं. बारीक नजरेनं पाहिलं, तर ह्या साऱ्या खाणाखुणा आपल्याला दिसतात. मग वारूळ हे नुसतं वारूळ राहत नाही; अस्वलाचं खाद्य मिळवण्याचं ठिकाण होतं. तिथून जाण्या-येण्याच्या वाटेवर आपल्याला अस्वलाची पावलं कशी वेगळी आहेत, हे कळतं. घरातली मांजरं आपली नखं कशावर तरी वारंवार ओरबाडून धारदार करताना आपण पाहतो. ह्या कामासाठी झाडाच्या खोडाचाही ते उपयोग करतात आणि तेच ते खोड पुन:पुन्हाही वापरतात. झाडाची साल फाटल्यासारखी दिसते. मांजरांना आपली शस्त्रं सतत चांगली धारदार ठेवायची असतात. नखं तासली जावीत, वरवरचं सैल आवरण निघून जाऊन ती धारदार व्हावीत, म्हणून ते हा खटाटोप करतात. बारकाईनं पाहिलं, तर झाडाबुडी ही नखांची फोलकटं दिसतातही. वाघही ह्याच कारणासाठी झाडावर नखं ओरबाडतो. अस्वल झाडावर चढतं, ते मधाची पोळी काढण्यासाठीच. असं एक झाड नवेगावबांधच्या जंगलात नाल्याशेजारी मला माधवराव पाटलांनी दाखवलं होतं. ते अंजनाचं होतं.

जंगलवाचनाचा हा नाद एकदा आपल्याला लागला की, डोळ्यांनी, कानांनी, नाकानं आपण अनेक गोष्ट जाणू शकतो.

■

अब्रुनुकसानी

५

संध्याकाळची वेळ होताच नित्याप्रमाणं मी तास-दीड तास चालून यावं, या उद्देशानं घराबाहेर पडलो. खरं म्हणजे, हे चालणं रानामाळावरच्या स्वच्छ हवेतच व्हायला पाहिजे; पण शहरानजीक आता रान आणि माळ कुठं आहे? मुद्दाम तयार केलेल्या बागांमध्ये जावं, तर त्यांची लांबी-रुंदी टीचभर असल्यामुळं तिथं शतपावलीच शक्य असते. आणि गर्दी किती? रस्त्यापेक्षा थोडी जास्तीच. भेळ, पाणीपुरी, शहाळं, वडपाव विकणाऱ्यांच्या आरोळ्याही दणकून. बाहेरच्या हमरस्त्यावरून धावणारी वाहनं भयानक आवाज करीत असतातच. मी आपला कमी रहदारीच्या रस्त्यानं चालतो. हा संपला की, गर्दीच्या रस्त्यावर पायरस्त्यानं जातो.

अशा वेळी डोक्यात एखादा विचार घेतला आणि धनुकलीनं कापूस पिंजावा, तसं पिंजणं सुरू ठेवलं, म्हणजे बरं असतं.

"तात्या, तात्या...."

अशा हाका ऐकू आल्या. थांबलो. उजवीकडे वाहत्या हमरस्त्याकडं पाहिलं, तर ओळखीचा तरतरीत तरुण दिसला. अरे, हा रेडिओतला शास्त्री!

"काय शास्त्री, कुठं आहात हल्ली? बरेच दिवसांनी

भेटलात."

"दिवस? वर्षं म्हणा ना! चार वर्षं झाली."

मी आकाशवाणीत चाकरमान्या होतो, तेव्हा हा पोरगा नव्यानं लागला होता. बहुधा आता हा केंद्राधिकारी वगैरे झालाच असणार, म्हणून मी विचारलं –

"आता कुठं आहात – नागालँड, ऐजोल, अंदमान?"

"छे, छे – मुंबई!"

"बढती?"

"नाही. अजून असिस्टंटच."

"का बरं?"

"काय आड येतं, ते तुम्ही जाणताच. ज्यांना अडचण नाही, ते पुढं जातात; आम्ही जागीच."

"खरंच, आता या असल्या जमान्यात कसं जगावं, हे सांगणारा नवहितोपदेश तुम्ही लिहिला पाहिजे. आता फार गरज आहे."

मी आपला ओशाळवाणं हसू हसलो. म्हणालो, "खरं आहे. भेटू या सावकाशीनं."

सरकारी चाकरीत नाना प्रसंगांना तोंड द्यावं लागतं खरं. मी आकाशवाणीत असतानाही एकवार आताप्रमाणं सरकारात उलथापालथ झाली होती. नवं उत्साही सरकार आलं होतं. नवे वारे वाहू लागले होते. प्रसारमाध्यमांत बदल होत होते. दिल्लीहून नवनवी फर्मानं येत होती.

कार्यक्रम-अधिकारी म्हणून काम करणाऱ्यांना नेहमीच कसरत करून दाखवावी लागते. 'नोकरी करणं ही श्वानवृत्ती आहे; ती पंडितानं करू नये', असं मनूनं सांगितलं आहे. श्वानाप्रमाणं चाकराला शेपूट हलवावं लागतं, पाय चाटावे लागतात. पाठीवर लोळण घेऊन पोट दाखवावं लागतं. माकडवाल्याच्या माकडाप्रमाणं प्रत्येक नव्या प्रेक्षकासमोर कार्यक्रम-अधिकाऱ्याला पुन्हा उडी मारून दाखवावी लागते. नवा केंद्राधिकारी आला की नवी उडी; कारण याला उडी मारता येते, यावर त्याचा विश्वास नसतोच.

एके दिवशी केंद्रीय अधिकाऱ्यांनी मला समोर बसवून गंभीरपणानं सांगितलं, "आपल्याला एक नवा कार्यक्रम भाषण-विभागातच सुरू करायचा आहे. डीजींकडून सर्क्युलर आलं आहे."

माझा चेहरा प्रश्नार्थक. डी. जी. म्हणजे डायरेक्टर जनरल. दिल्लीच्या हेडक्वार्टरकडून हुकूम आला की तो शिरोधार्यच!

"डीजींचं म्हणणं आहे की, लोकांच्या रास्त तक्रारींना आकाशवाणीवर स्थान

मिळालं पाहिजे.''

''पण लोकांच्या बहुतेक तक्रारी सरकारी कामकाजाविरुद्धच असतात. अजून आकाशवाणी हे सरकारी खातं आहे. सरकारविरुद्ध किंवा सरकारी अधिकाऱ्यांविरुद्ध तक्रारी आपण कशा देणार?''

''दिल्या पाहिजेत. आपण प्रथम माईकवर अनाऊन्समेंट तरी करू. तक्रारी मागवू. त्यातल्या महत्त्वाच्या तक्रारी निवडणं, त्यांचं स्क्रिप्ट तयार करणं आणि ते तुमच्याच आवाजात ब्रॉडकास्ट करणं, ही जबाबदारी मी तुमच्यावर सोपवतो. कारण 'स्पोकनवर्ड प्रोड्यूसर'च्या हुद्द्यावरच्या अधिकाऱ्यानंच करावं, इतक्या महत्त्वाचं हे काम आहे.''

नाही म्हणायचं नसतंच. मी कामाला लागलो. कोणताही नवा कार्यक्रम सुरू करायचा म्हणजे आधी योग्य आणि आकर्षक असं नाव शोधावं लागतं. हे जिकिरीचंच. कारण रोज-रोज भाराभर नवी नावं कशी सुचणार? तीही सुटसुटीत, आकर्षक आणि अर्थगर्भ.

म्हटलं द्यावं – 'का नो सा.'

'कानोसा' या नव्या कार्यक्रमासाठी लोकांनी तक्रारी पाठवाव्यात, असं चार-दोन वेळा माईकवर सांगूनही टाकलं.

पत्रं येऊ लागली. श्रोत्यांना अजून खात्री नव्हती. खरंच, खऱ्या तक्रारी हे सरकारी खातं स्वीकारील का? हातचं राखूनच पत्रं येत होती.

आमच्या गावात गणपतीउत्सव चालू आहे. जागोजाग मोठमोठे कर्णे लावलेत, त्यावर धडाडून सिनेमातली गाणी वाजत असतात. आजाऱ्यांना, म्हाताऱ्या-कोताऱ्यांना, लहान बालकांना रात्री-अपरात्री अतोनात त्रास होतो. लाउडस्पीकर्सचा असा अमर्याद उपयोग करू नये.

आमच्या गावी शेतीला कॅनॉलचं पाणी आहे, पण पाटकऱ्याच्या संगनमतानं पाण्याच्या चोऱ्या फार होतात. मेहरबानी करून माझं नाव जाहीर करू नये, पण मी तक्रार केली आहे, ती खरी आहे.

जमिनीचा सात-बाराचा उतारा पाहिजे असला, तर आमच्या गावचा तलाठी अव्वाच्या सव्वा रुपये मागतो.

– अशा तक्रारी येऊ लागल्या. त्यांतल्या निवडक तक्रारी एकत्र करून आम्ही आठवड्यातून एकदा दहा मिनिटांचा कार्यक्रम करू लागलो. श्रोत्यांना तो आवडायला लागला.

काही सरकारी खाती अस्वस्थ झाली. संबंधित अधिकाऱ्याला अंधारात ठेवून अशा तक्रारी ब्रॉडकास्ट होणं बरोबर नाही; आधी आम्हाला दाखवा, मग करा वगैरे सूचनाही येऊ लागल्या.

अशात एका स्त्रीचं पत्र आलं –

'मला आपली भगिनी समजा. माझं नाव मी लिहिलं आहे, पण ते जाहीर करू नका. माझी परवड होईल. आमच्या गावात दारूच्या भट्ट्या राजरोस चालतात. त्यांत शिक्षक, सरपंच, शिपाई, चेअरमन, डॉक्टर असे सर्व सामील आहेत.'

पत्राच्या भाषेवरून ते अगदी कळकळीनं लिहिलं आहे आणि महत्त्वाचं आहे, हे कळत होतं.

मी फार उत्साहानं हे पत्र 'कानोसा' कार्यक्रमात ध्वनिक्षेपित केलं.

चार-पाच दिवस गेले आणि रजिस्टर पोस्टानं आकाशवाणीच्या पत्त्यावर, माझ्या हुद्द्यासकट नावावर वकिलाकडून नोटीस आली. मी ज्या गावाचं नाव जाहीर केलं होतं, त्या गावच्या सरपंचानं अब्रुनुकसानीची फिर्याद माझ्यावर केली होती.

कुणाचंही नाव ब्रॉडकास्ट होऊ नये, याची काळजी मी घेतली होती. गावात शिक्षक अनेक असू शकतात, डॉक्टर एकापेक्षा जास्त असतात. पण सरपंच मात्र एकच असतो, हे काही माझ्या ध्यानात आलं नव्हतं.

नोटीस येताच मी केंद्राधिकाऱ्याकडे जाऊन ही बातमी सांगितली आणि नोटीसही दाखविली.

केंद्राधिकारी फारच अस्वस्थ झाले. म्हणाले, ''पर्यायानं ही नोटीस आकाशवाणीवरच आहे. तुम्ही जुने अधिकारी. तुमच्या करिअरवर हा मोठाच डाग आहे. प्रकरण कोर्टात गेलं की, वृत्तपत्रांतून गवगवा होईल. फार कटकटीचं होणार हे सगळं आता.''

मी म्हणालो, ''मी काही गुन्हा केलेला नाही. लोकहितासाठीच हा कार्यक्रम मी केलेला आहे. मीच हे सर्व निस्तरीन. तुमच्या फक्त कानांवर घातलं, इतकंच.''

मी कोर्टाची पायरी आजतागायत कधी चढलो नव्हतो. सगळा अनुभव नवा होता.

एक मोठे पोलीस-अधिकारी ओळखीचे होते. त्यांचा सल्ला घ्यावा, म्हणून गेलो. सर्व हकिगत त्यांना सांगितली.

त्यावर ते म्हणाले, ''तुम्ही कोर्टात सांगा की, हे ब्रॉडकास्ट झालंच नाही; सगळं खोटं आहे.''

''पण, कार्यक्रम ज्यांनी ऐकला आहे, असे दहा लोक ते उभे करतील.''

''करेनात. कार्यक्रम ऐकला नाही, असं सांगणारे बारा जण आपण उभे करू.''

माझ्या मनावरचं ओझं या शब्दांनी कमी झालं नाही. काय बरं करावं? आपल्याला कोण मदत करील? संकटातून सुटका करून घेण्यासाठी शहाण्यांनी उत्तम मित्र जोडावेत. ज्याला मित्र नाहीत, तो संकटातून पार पडत नाही, असं मनात येऊन मी मित्र आठवू लागलो.

रंगरावांची आठवण झाली. हे रंगराव प्रकाशक होते आणि माझे मित्रही होते. पुढारीमंडळींतही त्यांची वट होती. मी थेट रंगरावांकडे गेलो.

त्यांना मोठा आनंद झाला.

"कसं काय येणं केलंत?"

"काम घेऊन आलोय."

"सांगा."

मी त्यांना नोटीस दाखविली. ती वाचून ते म्हणाले, "हे गाव, हा तालुका आमच्या संभाजीरावांचा आहे. आपण त्यांचा सल्ला घेऊ या."

"माझी काही ओळख नाही."

"तुम्हाला कशाला लागते ओळख? उद्या सकाळी लवकर आठ वाजता जाऊ."

"जाऊ या."

गेलो.

संभाजीराव झोपतून नुकतेच उठले होते. आम्हाला बघून म्हणाले, "काय रंगराव, आज सकाळी-सकाळी कशी आठवण झाली आमची?"

"ह्यांना ओळखता का? हे आपले माडगूळकर."

"नमस्कार. अरे, वा-वा! तुमच्यामुळं रंगराव, आम्हाला कवी-साहित्यिक अशा थोरामोठ्यांची ओळख होते."

चहापाणी झाल्यावर रंगरावांनी माझं काम सांगितलं.

संभाजीरावांनी नोटीस पाहिली. म्हणाले, "हा माणूस आपला आहे. त्याला तुमच्याकडे पाठवतो. रेडिओच्या ऑफिसातच येऊन भेटेल तुम्हाला."

इकडचं-तिकडचं बोलणं झालं. संभाजीरावांच्या घरातून बाहेर पडल्यावर रंगराव म्हणाले, "सगळं झालं आता. निवांत राहा तुम्ही."

तिसऱ्या दिवशी चार गावकरी बरोबर घेऊन नोटीस पाठवलेले सरपंच माझ्या ऑफिसात आले. म्हणाले, "संभाजीरावांचा निरोप आला, म्हणून आलो. आता काय लिहून देऊ, ते सांगा."

"नोटीस मागं घेतल्याचं लिहा आणि केंद्राधिकाऱ्यांना तसं सांगा, म्हणजे झालं."

सरपंचांनी माझ्यासमोर बसून मजकूर लिहिला. सही केली.

केंद्राधिकाऱ्यांकडे त्यांना मी घेऊन गेलो. म्हणालो, "अब्रुनुकसानीची फिर्याद गुदरणारे सरपंच हेच. त्यांनी फिर्याद मागं घेतली आहे."

सगळं ऐकून केंद्राधिकारी ओशाळवाणं हसले.

नवा हितोपदेश किंवा पंचतंत्र लिहायची काही गरज नाही. आहेत, तेच हे ग्रंथ नव्यानं वाचले, तरी पुष्कळ आहे.

'मित्रसंप्राप्ति' मधल्या हिरण्यक उंदरानं आणि लघुपतनक कावळ्यानं चित्रांग हरणाला पारध्याच्या तावडीतून कसं सोडविलं? मंथरक कासव, हिरण्यक उंदीर, पशुपतनक कावळा, चित्रांग हरीण यांनी आनंदानं एकमेकांना मिठ्या कशा मारल्या आणि एकमेकांना गोष्टी व सुभाषितं सांगत ते जसा सुखानं काळ घालवू लागले, तसाच आपल्या मित्र-परिवारात आपण सुखानं काळ घालवू.

■

मिठू मिठू पोपट

६

आपली पुराणं ही ज्ञानकोशासारखी आहेत. मार्कण्डेय, वायू ही पुराणं सांगतात की, माणसाची पहिली सावली म्हणजे झाडच. कातकरी राहतात, तसा हा झाडाखालीच राहायचा. गुहा नाही, झोपडी नाही, घर नाही.

ही माहिती अकराव्या शतकात होऊन गेलेल्या भोज राजालाही होती, असं दिसतं. वास्तुशास्त्राविषयी त्यानं लिहिलेल्या 'समरांगणसूत्रधार' ह्या ग्रंथात सत्ययुगात माणूस कसा राहत होता, याचं तपशीलवार वर्णन आहे.

माणसानं सावलीसाठी निवडलेली झाडं कोणती बरं असावीत? बहुधा वड, पिंपळ, मोह, आंबा, औदुंबर असलीच ही झाडं असावीत. ह्यांनाच तो कल्पवृक्ष मानत असावा. माणसाच्या गरजा ही झाडं पुरवायची, म्हणजे ही गोड फळं देणारीच असावीत.

राघू ह्या पक्ष्याचं आणि माणसाचं नातं ह्याच काळात जमलं असावं. विशेषकरून ह्याचंच का; तर याचा हिरवा रंग, याची लाल चोच, याचा झोकेबाज कंठ आणि माणसाप्रमाणे

काही शब्द बोलायला येणं, हे ह्याचं वैशिष्ट्य. डहाळ्यांना उलटं-तिलटं वेंघत फळं खाणारा, मधूनच गोड शिळा घालणारा, दचकवणारा, कलकलाट करीत एकदम घोळक्यानं भरारी घेणारा राघू – झाडाखाली वस्तीला असलेल्या माणसाला, त्याच्या परिवाराला रोज दिसत असला पाहिजे.

इतक्या प्राचीन काळी माणसाचं आणि राघूचं नातं जुळलं, तर गुहांमधून राघूंचीही चित्रं माणसानं का नाही काढली? गुहाचित्रांचा अर्थ लावताना असंही सांगितलं गेलं आहे की, जंगली प्राण्यांची मोठमोठी चित्रं रेखाटून माणूस त्यांच्यावर शरसंधान करी, भाले फेकी आणि शिकारीसाठी मारले जाणारे प्राणीच विशेषकरून गुहांतून चितारले जात. त्यात एवढासा राघू कशाला दिसेल?

माझ्याबरोबर रानावनांतून हिंडणारा एक उसन वैदू होता. (ईश्वर मृतात्म्यास शांती देवो!) हा रानात काहीही दिसलं की, मला म्हणे –

"दादा, मार!"

"उसन, कावळा रे कशाला मारायचा?"

"त्याचं काळीज लई चांगलं. खाल्लं की, हातरूण धरलेला मानूस उठून पळंल!"

एकवार 'डायना-३५' ही एअर रायफल मी सहज वडावर बसलेल्या राघूवर रोखली, तर हा म्हणाला –

"नगं... नगं, दादा, त्याला नगं मारूस."

"का, रे?"

"तो राघव, राम आहे. त्याला मारायचा नाही, खायाचा नाही."

पन्नास साली पुण्याजवळच्या वैदूवाडीत राहणाऱ्या उसनच्या रक्तात प्राचीन माणूस होताच. ही त्याची नीती होती.

किती परीनं राघू आपल्या लोककथांत, लोकगीतांत, चित्रांत, शिल्पांत, विणकामात, खेळण्यांत, लाकडावरील कोरीव कामात दिसतो. त्याच्याइतकं नाव मोरानंसुद्धा कमावलेलं नाही. पोपटाचं कर्तृत्व चकित व्हावं, एवढं आहे. शुकबहात्तरीतल्या कथा कुणी बरं चवीनं वाचलेल्या नाहीत? एका पोपटानं आपल्या विरही मालकिणीला, तिचं पाऊल वाकडं पडू नये म्हणून ऐकवलेल्या या कथा आहेत. बाणभट्टाच्या कादंबरीतही एक बोलका आणि चतुर पोपट आहे.

केरन ब्लिक्सन नावाच्या लेखिकेनं लिहिलेल्या 'आउट ऑफ आफ्रिका' या

पुस्तकात पोपटाची एक सुरेख गोष्ट मी नुकतीच वाचली.

व्यापारी मालाची वाहतूक करणाऱ्या जहाजाचा मालक दर्यावर्दी डॅनिश आपल्या जवानीच्या काळातल्या आठवणी सांगतोय.

वयाच्या सोळाव्या वर्षी त्यानं एक रात्र सिंगापुरातल्या ब्रॉथेलमध्ये घालवली होती. बापाच्या जहाजावरील खलाशांबरोबर तो सिंगापूरला आला होता.

बाई चिनी होती. तिनं बघितलं की, हा तरुण खलाशी लांबच्या देशातून आला आहे. ती उठून आत गेली आणि एक पोपट घेऊन बाहेर आली. खलाशाला म्हणाली, ''पुष्कळ वर्षं झाली. माझ्या ऐन जवानीत चांगल्या घरातला एक इंग्रज पोरगा माझ्यावर मरून पडायचा, त्यानं मला हा पोपट दिलाय. त्याची भाषा मला उमगत नाही. तुझ्या माहितीची आहे का, बघ.''

या बाईच्या खोलीत अनेक भाषा आजवर बोलल्या गेल्या होत्या. काही शब्द पोपटाला माहीत झाले होते, पण या चिनी बाईच्या गोऱ्या यारानं शिकवलेली वाक्यं आजवर चिनी बाईला कधीच कळली नव्हती. पोपट खुशीत आला की, ती वाक्यं बोलायचा, पण बाईला काही कळायचं नाही. ''तुला याची भाषा कळते का, बघ. कदाचित ती तुझीच भाषा असेल. तो काय बोलतो, ते मला सांग.'' असं ती बाई म्हणाली, तेव्हा हा सोळा वर्षांचा डॅनिश पोरगा हलला. त्याला वाटलं, हा पोपट आता डॅनिश बोलणार काय? राघू बोलला... भाषा डॅनिश नव्हती, ग्रीक होती. नवशिका बोलावा, तसा राघू अगदी सावकाश बोलला. डॅनिश पोराला तेवढं ग्रीक समजत होतं.

ह्या ओळी सॅफोच्या होत्या. (सॅफो ही ख्रिस्तपूर्व सहाशे दहामधली प्रसिद्ध कवयित्री. प्रेमात अपयश आलं, म्हणून तिनं स्वत:ला सागरात झोकून दिलं, अशी आख्यायिका आहे.) त्या ओळी अशा होत्या :

'चंद्र मावळून गेला आहे,
पावसाळी ढगही निघून गेलेत;
मध्यरात्र टळली आहे.
आणि घटकांमागून घटका चालल्या आहेत,
मी एकटीच बिछान्यावर पडून आहे.'

वयानं मावळत चाललेल्या त्या चिनी बाईनं हे भाषांतर ऐकलं आणि पुन:पुन्हा ओठ चोखले... चिनी डोळे मिटले. उघडले. पोराला म्हणाली, ''पुन्हा सांग रे.'

डॅनिश पोरानं ओळी पुन्हा सांगितल्या.

बाईनं मान डोलावली. म्हणाली, ''खरं रे, खरं.'

उत्खननात मिळालेले अश्मीभूत सांगाडे सांगतात की, राघूसारखा पक्षी पूर्वी युरोपात होता, पण पुढे नाहीसा झाला. पुढे लक्षावधी वर्षं उलटून गेल्यावर अलेक्झांडरच्या सैनिकांनी आशियामधून राघू पुन्हा युरोपमध्ये नेला. राघू आणि रोहित, मोर असले सुंदर पक्षी. प्राचीन रोममध्ये या पक्ष्यांना फार भाव मिळाला.

राघूच्या जातीचे पक्षी सगळ्या जगभर आढळतात. ऑस्ट्रेलिया, ट्रॉपिकल आशिया, आफ्रिका, साऊथ अमेरिका आणि ओसिनिया या देशांतले मकाव, कोकटू, लव्हबर्ड, बर्डजारीगर हे पक्षी राघुकुळापैकीच. आपल्या कंठवाल्या राघूला अलेक्झांडरिन 'पाराकिट' म्हणतात. हा अंदमान, ब्रह्मदेश, थायलंड, कम्बोडिया, लाओसमध्ये आढळतो.

तांबड्या चोचीचा, हिरव्या पंखांचा, निळसर लांबलचक शेपटी अन् पिवळसर पायांचा राघू हा विलक्षण पक्षी आहे. दिसायला आकर्षक; पण रात्रिंचर शिकारी पक्ष्यांसारखी टोकदार, बळकट, वाकडी चोच आणि दणकट पायांना चार-चार नखंवाली बोटं असणारा. याच्यासारखीच चोच असलेलं घुबड मारलेलं भक्ष्य पकडण्यासाठी चोचीचा उपयोग करतं; तर हा कठीण बिया फोडायला आणि फळं सोलायला ती उपयोगात आणतो. याच्या चोचीचा खालचा भाग मागं-पुढं हलवता येतो. ही देणगी निसर्गानं फक्त राघूलाच दिलेली आहे. शिवाय पायांबरोबर, डहाळ्या वेंघण्यासाठी याला चोचीचा आधारही उपयोगी पडतो, तसा इतर कोणा पक्ष्याला पडत नाही.

राघूच्या प्रत्येक पायाला चार बोटं असतात. दोन पुढं, दोन मागे. घुबडाला तीनच असतात. दोन पुढं आणि मागे एक. राघू आपल्या नखांचा उपयोग भक्ष्य पकडण्यासाठीच करीत नाही, तर डहाळी घट्ट धरून ठेवायला आणि घास चोचीपर्यंत आणायला करतो.

हा गळ्यातला कंठ असलेला दोन्ही खांद्यांना मरून रंगाचे ठिपके असलेला राघू सर्वांत सुंदर दिसतो. गर्द हिरवं अंग, निळसर लांब शेपटी आणि सुंदर काळा कंठ. हा पाळावा, असं कुणाला वाटणार नाही?

पिंजऱ्यातला बोलका पोपट अनेक ठिकाणी दिसतो. पानवाल्याच्या ठेल्यावर, चाळीच्या गॅलरीत, झोपडपट्टीत, धंदेवाल्या वस्तीत. कोणाही हौशी माणसानं याला पाळावा आणि लाड करावेत. याला बोलायला शिकवावं. बोलला की, ऐकून हरखावं.

'मेमोरियल स्टोन्स' या कर्नाटक आणि हायडेलबर्ग युनिव्हर्सिटीतर्फे प्रसिद्ध झालेल्या ग्रंथात जयकेशी राज्याच्या स्मृतिस्तंभाची माहिती आहे.

गोव्याच्या कदंब घराण्यापैकी (इ.स. ९५० ते १२७०) जयकेशी राजाचा एक आवडता राघू होता. रोज जेवण्याच्या वेळी त्याला आपल्या पंगतीला राघू लागायचा.

एके दिवशी राजानं पुन:पुन्हा बोलावूनही राघू पिंजऱ्यातून बाहेर आला नाही. राजा जेवायचा खोळंबला होता आणि राघू पंगतीला येत नव्हता. शेवटी राजा संतापला. ओरडून म्हणाला, ''अरे, कुणाला भितोस? तुझ्या केसाला धक्का, तो माझ्या प्राणाला धक्का. तुझ्या रक्षणासाठी मी प्राणही देईन.''

आपल्या चौरंगाखाली मांजर आहे, हे राजाला माहीत नव्हतं. राजानं शेवटचं बोलावल्यावर राघू पिंजऱ्यातून बाहेर पडला. चौरंगाखाली बसलेल्या मांजरानं झडप घालून त्याला तत्काळ पकडला... राघूचा प्राण गेला.

राजाला फार दु:ख झालं. दिलेला   शब्द पाळण्यासाठी त्यानं राघूबरोबर स्वत:ला चितेत जाळून घेतलं.

– असा हा भारतीय माणूस... पक्ष्यासाठी प्राण देणारा.

आज हा एवढा कसा बरं बदलला? पक्ष्यांसाठी अभयारण्यं निर्माण करावी लागवीत, इतका?

■

गर्जा जयजयकार ७

तीस वर्षांमागं शांत, एका बाजूला असलेलं घर आता हमरस्त्यावर आलं आहे. आजूबाजूला टोलेजंग अपार्टमेंट्स झाली आहेत. सायलेन्सर काढून टाकलेली दुचाकी वाहनं ऐन दुपारी शांततेला तडे देत, घरापुढून भन्नाट वेगानं जातात. जातिवाचक शब्द तोंडातून उच्चारला जाताच सजा ठोठावणारा कायदा इथं गप्प असतो. प्रस्फुटित होऊ पाहणारे नवे विचार कोवळेपणीच खुडून टाकले जातात.

संध्याकाळी फिरायला बाहेर पडलो. कमरेला हत्यार लावण्याची सवलत धर्मानं बहाल केली नसल्यानं नि:शस्त्र होतोच. आक्रमकाला धाक वाटावा, असं काहीही जवळ नव्हतं. घरापासून सुमारे शंभर यार्ड आलो, तेवढ्यात समोरून कोणी शहरी खेडूत सायकलची पॅडल्स मारीत आला. मध्यम उंची, गव्हाळ रंग, केसांचा पहिलवानी कट. ओठावर काळ्या मिश्यांची जाड रेघ. उन्हानं रापलेला चेहरा. वय चाळीसच्या आसपास. अंगात निळ्या रेघांचा कफ् कॉलरचा शर्ट. कफ् बिनबटणवाले. खाली तलम धोतर. कमरेला गाठ, मागं फरारा आणि पुढं सोगा. पायात कोल्हापुरी वहाणा. एकूण अंगकाठी गोटीबंद. तांबड्या मातीत घोळलेली.

माझ्यासमोर येऊन सायकल थांबली. एक पाय पॅडलवर, दुसऱ्याचा चवडा रेटा देऊन टेकलेला. लखलखीत चेहऱ्यावर ओळखीचं हलकं हसं.

"राम, राम! काय, फिरायला पडला भायेर?"

"हो."

"रिटायर झाला असाल?"

"हो." (कोण बरं हा? ओळखीचा नाही वाटत.)

"वळखलं नाही मला? मी एकनाथबाबाचा लेक."

"?" (कोण एकनाथबाबा? आपल्या गावाकडचा तर नव्हे कोणी?)

पाव्हणा सीट सोडून रस्त्यावर उभा. मग शर्टचं पुढचं पाखं वर करून, आत असलेल्या कोपरीच्या खिशातनं दोन रुपयांची तांबडी नोट काढून ती माझ्या हातात कोंबत म्हणाला, "च्या घ्या."

संकोचानं हात मागे घेत मी म्हणालो, "छे-छे – कशाला चहा?"

"असू द्या."

मी ओशाळून, गोंधळून उभा आणि हा सायकलवर टांग टाकून दहा पावलं पुढं गेलाही.

मी मनात म्हणालो, काय ही खेडूत मनाची ओळखपावती करण्याची तऱ्हा!

मोठ्यानं बोललो, "अरे, पण...."

माझे शब्द ऐकून, पुन्हा सायकल वळली. हा जवळ आला. चवडा रस्त्यावर टेकवून म्हणाला, "बरं नाही वाटत, तुमच्यासारख्याला दोनच रुपये देणं. मोड आहे का तुमच्यापाशी?"

माझ्या हातातली तांबडी नोट त्यानं परत घेतली.

"मोड बघतो."

मी पँटच्या मागच्या खिशातनं पाकीट काढलं, उघडलं. पन्नासच्या तीन नोटा होत्या. मोड नाही, हे दिसावं, म्हणून नोटा मी बाहेर काढल्या; दाखवल्या.

"नाही मोड माझ्याजवळ."

यानं तिन्ही नोटा आपल्या हातात घेतल्या.

"बघतो, मोड कुठं मिळती का?" असं म्हणून वळला. उलट दिशेला आडवा हमरस्ता होता. सायकल दामटीत त्यावरून दिसेनासा झाला. आपण लुबाडलो गेलो आहे, हे कळायला काही सेकंद लागले.

हमरस्त्यावर येऊन, गेला तिकडं पाहिलं. दिसला नाही. अस्मानात उडाला की, पाताळात शिरला; काही कळलं नाही.

रस्त्यावर काही पावलं गेलं की, पोलीस-चौकी होती. तातडीनं पावलं टाकीत पोलीस चौकीसमोर आलो. वाटलं, आत जावं, वर्दी द्यावी. हा सापडणार नाहीच;

पण निदान सविस्तर वर्णन दिलं, तर पोलिसांना माहिती होईल की, असा-असा दिसणारा कुणी लुटारू या भागात या पद्धतीनं लोकांना लुबाडतो आहे. काही पूर्वानुभव असो वा नसो; पोलीस-यंत्रणेसंबंधी आपल्याला विश्वास नसतोच. हा आपल्याला मदत करील, असं कधी वाटतच नाही. याचा काही उपयोग नाही, असंच वाटतं. तेच तीव्रतेनं मलाही वाटलं आणि मी आपला फिरायला गेलो. पोलीस चौकीची पायरी चढलो नाही.

दुपारची सुम्म वेळ. थोडी विश्रांती मिळावी, म्हणून डोळे मिटून मी अभ्यासिकेतल्या दिवाणावर पडलो होतो. चिंतामण विनायक वैद्य यांचं 'महाभारताचा उपसंहार', हे पुस्तक छातीवर उघडं. जे बौद्धिक धंदा करतील त्यांच्यावर शारीरिक मेहनत करण्याची सक्ती होऊ शकत नाही, हे तात्पर्य सांगणारी नहुष अगस्तीची कथा (आणि तिच्यासंबंधीचं भाष्य) वाचून संपवली होती. तोच विषय डोक्यात होता. डोळे मिटून घेतले, तोवर बाहेरून काड्ऽ काड्ऽ असे आवाज येऊ लागले. कशाचे हे आवाज?

असेल काही तरी!

पुन:पुन्हा तेच आवाज. अगदी जवळून येणारे. कोण आहे?

बाप रे, काय कटकट आहे! आपल्या घरात शांतपणे पडण्याचीही सोय नाही राहिली.

उठलो. पायांत चपला सरकवल्या. दरवाजा उघडला. बाहेर आलो. ऐन दुपारचं दोन वाजताचं ऊन. डोळे दिपले.

कुठून आवाज येतोय?

बघितलं, तर अंगणात शोभा म्हणून कधी काळी लावलेल्या गुलमोहराच्या झाडावर कोणी माणूस चढलाय आणि हातातल्या आकडीनं डहाळ्या पाडतोय. खाली चोपून लुगडं नेसलेली त्याची घरवाली लाकडं गोळा करीत आहे. बाहेर कुंपणाशेजारी दहा-अकरा वर्षांची मुलगी उभी. पायाशी वाळल्या काटक्यांचा ढीग.

वर बघून मी ओरडलो, "अहो मालक, काय करताय?"

हा गप्पच. ती बाई रखारखा माझ्याकडं बघतेय.

हे दक्षिणी कुटुंब दिसतंय. बांधकामात रोजगार मिळेल, या आशेनं शहरात आलेलं.

"काय हो, काय चाललंय?"

"जळणाला लाकडं काढतोय."

"दुसऱ्याच्या आवारात शिरून?"

यावर ती बाई रागानं, "वाळली लाकडंच घेतोय की बाबा."

"अगं बया, हे झाड रस्त्यावरचं नाही; माझ्या आवारातलं आहे. दुसऱ्याच्या अंगणात शिरून न विचारता लाकडं नेली, तर त्याला चोरी म्हणतात."

बाई तोंडाला पदर लावून हसते.

माझा आवाज चढा.

"ए उतर, उतर खाली. पोलिसाला बोलावू का?"

"अं? काय तुजी चोरी केली रं, बाबा? पैका-अडका घेतला? वाळली लाकडं तर घेतली."

मी बाईच्या धीटपणानं थंड. ट्रेसपासिंग वगैरे या लोकांच्या हिशेबी नाहीच. वाळलेली लाकडं नेणं, हा भाकरी भाजणाऱ्यांचा जन्मजात अधिकार आहे, ही वृत्ती.

आणखी उंच आवाज –

"ए, उतर बघू खाली. उतर!"

दक्षिणी पुरुष सावकाश-सावकाश उतरतो. बाई सगळी लाकडं गोळा करून बिंडा बांधते. बाहेर पोरीनं दुसरा बिंडा उचलून डोक्यावर घेतला आहे.

पुरुष कुंपणाच्या तारेवर नीट पाय देऊन बाहेर. बाईनं कुंपणाशी जाऊन बिंडा त्याच्याकडे दिला आणि तार वर करून ती रस्त्यावर गेली.

तिघंही मागं न बघता, तुच्छपणानं माझ्याकडे पाठी वळवून पुढं गेली.

दुपारचीच वेळ.

बागेत चक्कर टाकावी, म्हणून बाहेर पडलो; तर रस्त्याकडे असलेल्या बेडरूमच्या खिडकीखाली, फुलझाडांच्या वाफ्यात एकावर एक दोन विटा दिसल्या.

इथं या विटा कुणी बरं ठेवल्या?

कोपऱ्यावरून वळून पुढं झालो, तर दक्षिण दिशेला असलेल्या खिडकीखालीही तशाच दोन विटा. मग मात्र संशय बळावला. खिडक्या उंचावर आहेत. जमिनीवर उभं राहून आतलं काही दिसत नाही. आतलं नीट पाहण्यासाठी तर कुणी या विटा ठेवल्या नाहीत?

फुलझाडांचा काळ्या मातीचा वाफा वाकून नीट तपासला. दोन नागडी पावलं उठलेली दिसली.

शंकाच नको. कुणी तरी आत डोकावलं आहे. रात्री की दिवसा?

पुन्हा पावलं पाहिली. ताजी होती. कोरा ढासळलेल्या नव्हत्या. टाचेकडच्या खोलगट भागात केरकचरा साठलेला नव्हता. आता दीड वाजला होता. म्हणजे, ही पावलं मघाचीच आहेत; रात्रीची नव्हेत.

कुणाची? कोण कशासाठी आलं होतं?

आत आलो. दरवाजा लावला.

पुढच्या फाटकाच्या दिशेला असलेली अभ्यासिकेची खिडकी लावली.

आडहत्यारी पोलीस वापरतात, तसली भरीव बांबूची, पुढच्या टोकाला चामडी लूप असलेली एक काठी मी आणून ठेवली आहे. ती घेऊन जवळ ठेवली आणि कान सावध करून अभ्यासिकेतल्या दिवाणावर पडलो.

झोप नाहीच, डोळे मात्र मिटलेले.

अशा प्रसंगी सेकंद आणि मिनिटं फार मोठी असतात. मनगटावर घड्याळ होतं.

दोन वाजले.

– आणि हलकेच फाटक उघडल्या-मिटल्याचा आवाज आला. काही मिनिटं जाऊ दिली.

हातात काठी घेतली. श्वास रोखला. पायांचा आवाज होऊ न देता, उघड्या पायांनीच मांजरासारखा चालत दरवाज्याशी गेलो. कडी घातलेली नव्हतीच. श्वास घेतला आणि हलक्या हातानं दरवाज्याचं एक दार हलकेच उघडून, भर्रकन ओपन टेरेस ओलांडून, पायऱ्या उतरून बागेत आलो.

उजव्या बाजूला, बेडरूमच्या खिडकीकडे पाहिलं; तर रोहिल्यासारखी दिसणारी उंचीपुरी बाई खिडकीशी विटांवर चढून आत डोकावतीय.

"ए, काय बघतीस?"

त्याबरोबर माझ्या सन्मुख होऊन बाईनं ओंजळ ओठाशी नेत केविलवाण्या आवाजानं शब्द केला –

"पानी, पानी."

"पानी? पानी मागायला गपचीप खिडकीशी येतात? ही काठी बघितलीस का?" – असं ओरडून मी काठी उगारून धावलो.

"हान, हान." – असं म्हणत बाईनं पांढरपेशा पुरुषाला पळवून लावण्याची विलक्षण युक्ती बेधडक वापरली.

ही वापरताच, तांबड्या फडक्याला बुजून खोंड तोंड फिरवून उधळतो, हा अनुभव तिला अनेकवार आला असावा. मी बुजलो नाहीच. फाटकाच्या आत बाहेरच्या दोन्ही कड्या सरकवल्या आणि फाटकाकडे पाठ करून उभा राहिलो. दरम्यान घरमालकीण जागी होऊन बाहेर आली होती. तिला म्हणालो, "पोलीस चौकीला फोन कर. तोवर मी हिला अडवून ठेवतो. म्हणावं, आवारात चोर शिरलाय, लगेच या. कदाचित हिच्याबरोबर आणखी एक-दोघं पाळत ठेवून असणार."

खिडकीतून हाताला किंवा काठीला येईल असा कपडा, पँट, कोट, शर्ट काढून घेऊन खिशात सापडणाऱ्या पाकिटावर संतुष्ट होणाऱ्या त्या बाईनं हादरायला पाहिजे

होतं. ती बिथरल्या म्हशीसारखी जागी उभीच राहिली.

थरथरत्या आवाजात 'नको, नको' म्हणत घराची मालकीणच माझ्यापाशी आली. माझ्या हातातली काठी काढून घेऊन म्हणाली, ''कशाला पोलिशी भानगड ओढवून घेता? जाऊ दे तिला. ए बाई, जा गं, जा तू.''

हिनं फाटक उघडताच सपाट्यानं ती बाई बाहेर पडली आणि गल्लीत वळून दिसेनाशी झाली.

सामाजिक परिवर्तनाच्या स्वागतासाठी वाजणारी शहाजणं मला ऐकू आली.

एकनाथबाबाच्या तोतया मुलाला बोफोर्स वगैरे काही जमण्यासारखं नव्हतं.

दक्षिणी कुटुंबाला आपली रोजची भाकरी भाजण्यासाठी लीडरकी जमणार नव्हती.

भटक्या जमातीतील पारधी बाईला आत्मचरित्रात्मक कादंबरी लिहून सामाजिक अन्यायाची लक्तरं जगापुढं उघडी करणं शक्य नव्हतं. लिखित शब्द तिच्या माहितीतला नव्हता.

ते तिघंही आपल्या शक्तिबुद्ध्यसार समाजपरिवर्तनाला हातभार लावीत होते. अतिशय स्वाभाविक असा, चालू सामाजिक स्थितीसंबंधीचा निषेध त्यांच्या वर्तनातून व्यक्त झालेला होता.

पडघमवर टिपरी पडत होती. संघर्ष टळत होता. कडेकोट हवेलीत राहणारे स्वतःचं संरक्षण करायला समर्थ होते. तळागाळातले मुठी बंद करून संग्रामात सामीलच झाले होते. फक्त मध्यमवर्ग भरडला जाणार होता. सूर्योदयापूर्वी आरवणारी ही पांढरपेशी कोंबडी तेवढी बळी जाणार होती.

येऊ घातलेल्या या परिवर्तनाचं दोन्ही बाहू पसरून स्वागतच करायला पाहिजे होतं; पण कसं?

एकनाथबाबांच्या तोतया लेकराला हाक मारून म्हणावं, 'अरे मुला, तुला पन्नासाच्या तीन नोटा पुऱ्या होतील का? आणखी लागणार असतील पैसे, तर संकोच न करता सांग. मी बँकेतून आणून देतो.'

जळण काढणाऱ्या दक्षिणी कुटुंबाला सांगायला पाहिजे होतं – 'काढा, काढा हं, वाळल्या फांद्या. सावकाश काढा. पाहिजेत, तर हिरव्याही तोडा. वाळल्यावर वापरता येतील.'

पारध्याच्या बाईला घराची दारं सताड उघडून म्हणायला पाहिजे होतं, 'बघ हं घर धुंडाळून. काय पाहिजे तुला, ते घेऊन जा. संकोच करू नकोस.'

खरंच, काय म्हणायला पाहिजे होतं?

■

वैर

८

महाभारतात काही सुरेख बोधकथा आहेत. त्यांतल्या काही परिचित आहेत, काही परिचित नाहीत. हरिदासांनी वारंवार सांगितल्या नाहीत, अशा काही कथा पुन्हा सांगाव्यात, अशा आहेत. पूजनी पक्षिणीची कथा अशांपैकीच आहे.

ब्रह्मदत्त राजानं पूजनी नावाची पक्षीण पाळलेली होती. कशासाठी? महाभारत सांगत नाही. पूजनी ही कोणत्या जातीची पक्षिणी होती, हेही सांगत नाही. बहिरी ससाणे पाळून, शिकार खेळण्यासाठी त्यांचा उपयोग करण्याची कला आशियात चार हजार वर्षांइतकी पुरातन आहे. आजही अरबस्तान, तुर्कस्तान, भारत, पाकिस्तान, जपानमधील काही भाग, मध्य आशियातील काही देशांत ही पद्धत आहे. पाळलेल्या गरुडांकडून लांडग्यांची आणि कोल्ह्याची शिकार होते. काळविटांची शिकारही गरुड करतात. पाळलेल्या बहिरी ससाण्यांकडून अरब शिकारी काळविटांची शिकार करतात. काळवीट मारण्याएवढे काही ससाणे ताकदवान नसतात. पण ते झडप घालून-घालून काळविटाला थकवतात आणि शिकाऱ्याची कुत्री त्याला पकडतात. पाळलेल्या बहिरी ससाण्याबरोबर शिकार करायला ह्या कुत्र्यांनाही शिकवलेलं

असतं. अरब शिकारी ससाण्यांकडून माळढोक पक्ष्यांचीही शिकार करतात.

इतिहासातील अनेक राजेरजवाड्यांच्या चित्रांत आपण पाहतो की, त्यांच्या मनगटावर ससाणा आहे. हा शिकारी पक्षीच असतो. ब्रह्मदत्त राजानं पूजनी पक्षीण पाळलेली होती, ती तशीच असावी. हा बहिरी ससाणा (LAGGAR FALCON) आकारानं पंधरा ते सतरा इंच असतो. पाठीचा रंग फिक्कट बदामी असतो. माथा तांबूस, गळा-पोट पांढुरकं आणि त्यावर गडद ठिपके, मांड्या बदामी. हा तित्तिरासारखी पाखरं मारू शकतो. ह्याचं आयुष्य दहा वर्षांचं असतं.

लहान ससाणा पकडणं आणि त्याला पाळून आपल्यासाठी शिकार करायला शिकवणं, ही मोठीच कला आहे. ससाण्याच्या डोळ्यांवर सतत झापड घालावं लागतं, म्हणजे तो शांत राहतो. त्याच्या पायांनाही पायबंद घालावा लागतो. बेतशीर उंचीच्या लाकडी ठोकळ्यावर त्याला जखडावा लागतो. त्याला ठेवायचा, तो कमी उजेडाच्या जागी; म्हणजे आता संध्याकाळ झाली, असं वाटून तो शांत राहतो.

पाळलेल्या ससाण्याला मनगटावर बसण्याची सवय लावावी लागते. भरवलेले घास घेण्याचीही सवय लावावी लागते. पुढं मांसाचे तुकडे हवेत भिरकावून ते अधांतरी पकडणं शिकवावं लागतं. मग हळूहळू त्याच्या डोळ्यांवरची झापडं काही वेळापुरती काढतात.

उघड्या डोळ्यांनी मालकाच्या मनागटावर स्थिर बसण्याची सवय ससाण्याच्या अंगवळणी पडली की, मग त्याला रानात घेऊन जातात. सुरुवातीला फक्त संध्याकाळी, मग हलके-हलके सकाळी, दुपारी. माणसं, वाहनं, जनावरं ह्यांची त्याला सवय होते.

पुढं दोरीला बांधलेल्या मांसाचा तुकडा ओढत मालक जातो आणि मोकळ्या सोडलेल्या ससाण्याला तो तुकडा नेमका पकडावा लागतो. अशा शिकवण्यातून ससाणा शिकारीला हलके-हलके तयार होतो. रानात सोडला की, माळढोक पक्ष्यासारखे पक्षी ताणू, मारू शकतो.

महाभारतातील ब्रह्मदत्त राजानं पूजनी पक्षिणी अशा खेळासाठीच पाळली असली पाहिजे. बरीच वर्षं ही पक्षिणी राजापाशी होती. रानात सोडलेली असताना कुठं तरी तिची नर ससाण्याशी गाठ पडली. नर-मादी एकत्र आली. पुढं पूजनीनं यथावकाश दोन अंडी घातली. उबवली आणि त्यातून दोन लहान जीव जन्माला आले. पूजनी त्यांना सतत सांभाळत राहू लागली. पिल्लांना कोणी हात लावण्याची काय, त्यांच्या जवळ जाण्याचीही सोय राहिली नाही. ही आई धावून अंगावर येई. असा काही काळ गेला. पिल्लं थोडी जाणती झाली. आता त्यांना जास्ती अन्न पाहिजे, वेगवेगळं पाहिजे; म्हणून पूजनी वारंवार बाहेर उडून जाऊ लागली. दूरदूरची रानं-वनं धुंडून ती तित्तर, रानकोंबडी, पारवा असले पक्षी मारून आणून पोरांना देऊ लागली. वाढत्या अंगाच्या पोरांची भूक वाढलेली होती. कितीही खाल्लं, तरी पुन्हा

चोच वासून ती ओरडत राहायची. खायला मागायची.

पूजनीला पुन्हा उडून जावं लागायचं. गेल्या-गेल्या लगेच काही शिकार मिळत नाही. कधी-कधी फार उशीर लागायचा परत यायला. पोरं ओरडून-ओरडून थकायची.

ब्रह्मदत्त राजालाही गोजिरवाणा मुलगा होता. लहान वयाचा, ना-कळता. त्याला ह्या पोरांशी खेळावं वाटायचं. पण कोणी त्याला पिल्लांच्या जवळ जाऊ देत नसत. नोकरमाणसं म्हणत, "बाळराजे, लांबूनच बघावं."

"का?"

"शिकारी आईची बाळं आहेत ती. त्यांच्या आईची चोच, नखं बघितलीत का? फाडून टाकते ती बाळाला धक्का लावणाऱ्याला."

एके दिवशी, कोणी बघत नाही, असं पाहून राजाच्या मुलानं कापसाच्या गोळ्यासारखी ती मऊ-मऊ बाळं उचलून घेतली. चिवडली, कुस्करली, त्यांची पिसं उपटली. प्रत्येक लहान मूल काही भीरू नसतं. काहींना तर क्रौर्यात मजा वाटते. मांजराच्या पिल्लाचे हाल केले की, हसायला येतं. अशी मुलं मुंगळा तोडतात. फुलपाखरांचे पंख तोडतात. कुत्र्याला धोंडे मारतात आणि त्यात मजा घेतात. ब्रह्मदत्त राजाचा लहान मुलगा अशाच प्रवृत्तीचा होता. पूजनीच्या पिल्लांचे त्याने हाल-हाल केले, पिसं उपटली. त्यांना गिर्द्यांखाली दडपलं. त्यांनी चिवचिवाट केला, तडफडाट केला; तेव्हा तो हसला. त्यानं टाळ्या पिटल्या आणि आनंदानं उड्या मारल्या. त्यानं पिल्लं अधांतरी फेकली आणि झेलली. ह्या खेळात ती लहान पिल्लं कधी हातात आली, तर कधी फरशीवर आपटली. त्यांच्या चोची मोडल्या, पाय मोडले, डोळे सुजले. घाबरून गेलेली पिल्लं गप्प झाली. न हलता, ओरडता एका जागी बसली. तेव्हा ब्रह्मदत्त राजाच्या पोरानं आपल्या बरोबरीच्या सवंगड्याशी चेंडूनं धबाधबी खेळावी, तशी लोडाशी-तक्क्यांशी धबाधबी खेळली. पिल्लं चेंडूसारखी फेकली.

संध्याकाळ झाली. आपल्या दोन्हीही पिल्लांसाठी तित्तिर पक्ष्यांची शिकार करून ती आपल्या बळकट नखांत धरून पूजनी घराकडं आली. आई दूर आहे, तोवरच दोन्ही पिल्लं चोची वासून ओरडत राहत. ते ओरडणं आज ऐकू आलं नाही. पूजनीनं चोही दिशांना पाहिलं. पिल्लं दृष्टीला पडली नाहीत, तेव्हा तिनं साद घातली – एकदा, दोनदा, तीनदा....

तिच्या हाकेला काही उत्तर मिळालं नाही.

पूजनीच्या काळात धस्स झालं.

माझ्या बाळांना काही धोका तर झाला नाही? दिवसभर हिंडून, मैलोन्मैल धुंडून पिल्लांसाठी मिळवलेलं भक्ष्य जागीच टाकून पूजनी आपल्या बाळांना शोधू लागली.

आपल्या तीक्ष्ण नजरेनं तिनं शिकारखान्याचा कोपरान्कोपरा पाहिला.

– आणि एकाएकी तिला जमिनीवरून उडणारी पिसं दिसली. माग

काढत-काढत ती राजाच्या मुलाच्या खेळघरात गेली. तेव्हा तिला गादी-तक्क्याला चिकटलेली पिसं दिसली. रक्ताचे डाग दिसले आणि तिच्या बाळांचे देह दिसले. मोडतोड दिसली.

पूजनीनं आपली भयंकर चोच वासली. डोळे फिरवले.

कर्कश आवाज केला.

– आणि अंगाला पिसं चिकटलेला, केसांना पिसं चिकटलेला राजाचा मुलगा तिला दिसला. झेपेत ती जवळ गेली आणि आपल्या पिल्लांच्या रक्ताचे डाग तिनं राजाच्या मुलाच्या हातावर, अंगावर पाहिले.

आभाळात उंच उडत जाऊन तिनं पुन्हा कर्कश आवाज केला. राजाचा मुलगा राजवाड्याच्या आवारात घाबरून सैरावैरा पळू लागला.

झपाट्यासरशी पूजनी खाली आली आणि तिनं राजाच्या मुलाचे डोळे फोडून टाकले.

राजानं वैद्याकडून उपचार केले. दोन्ही डोळ्यांनी अंध झालेला राजाचा मुलगा बिछान्यात पडून राहिला.

राजाला रोजची कामं थांबवून चालत नाही. ती चालूच राहतात.

राजा सदरेवर बसला असतानाच पूजनी पक्षिणी त्याच्या सन्मुख जाऊन बसली आणि म्हणाली, ''हे राजा, मी तुझा कायमचा निरोप घ्यायला आले आहे. तुझं राज्य सोडून मी दूर जाते.''

राजानं अनेक वर्षं मनगटावर वागवलेली ही पक्षिणी होती. तिला घेऊन तो अनेक प्रदेश हिंडला होता. किती तरी आठवणी त्याच्या मनात होत्या.

पाळलेलं जनावर, पक्षी आपल्याला एवढा जीव लावतं की, त्याची ताटातूट आपल्याला फार दुःखदायक वाटते. आपल्या कुटुंबातल्या, अगदी जवळच्या माणसाएवढी आपली माया या प्राण्यावर असते.

राजा म्हणाला, ''पूजनी, माझ्या मुलाच्या हातून होऊ नये, अशी गोष्ट झाली. तो ना-कळता, अजाण आहे; तरी पण त्यानं तुझा फार मोठा अपराध केला आहे. पुत्रशोकाएवढं मोठं दुसरं दुःख नसतं, हे दुःखं त्यानं तुला दिलं.

''पूजनी, सूड हा ओबडधोबड पद्धतीचा न्यायच असतो. तू न्याय मिळवलास. माझ्या मुलाचे डोळे फोडलेस. बदला घेतलास. दोन पिल्लांसाठी दोन डोळे.

''मग आता तू जातेस का? कशासाठी? इतकी वर्षं राहिलीस, तशी पुढंही राहा. कायमचा निरोप का मागतेस?''

पूजनी म्हणाली, ''राजा, वैराचा अग्नी एकवार पेटला की, तो शमत नाही. तुझ्या-माझ्यात आता वैराचा अग्नी पेटला आहे; तो शमणार नाही. एकमेकांपासून दूर होणं, हाच यावर उपाय आहे.''

एवढं बोलून ती शहाणी पक्षिणी आभाळात दिसेनाशी झाली.

■

अनोळखी शब्द

९

बालवयात परिचित चेहऱ्यांपलीकडे एखादा अनोळखी चेहरा दिसला की, आपण एक तर संकोचून गप्प होतो किंवा भीतीनं आक्रसून जातो. परिचित असणारे चेहरे घरातील माणसांचे असतात, शेजाऱ्यापाजाऱ्यांचे असतात आणि काही प्रमाणात गावातल्या गावकऱ्यांचे असतात. काही चेहरे असेही असतात की, ते कधी बघितलेले नसले, तरी अपरिचित वाटत नाहीत. काहींची मात्र भीती वाटते.

आठ वर्षांचा असताना मी आणि माझा मित्र प्रभाकर खेर गावाशेजारी असलेल्या ओढ्याकाठी जांभळं खायला गेलो. आजूबाजूला कोणी नव्हतं. संध्याकाळचे पाच वाजलेले. खाली खळखळ वाहणारं ओढ्याचं पाणी. आम्ही दोघंही एकाच झाडावर हिरव्या डहाळ्यांत बसलेले. पिकल्या जांभळाचे घड शोधत एक-एक जांभूळ चोखून खात होतो आणि बिया थुंकत होतो. बोलत होतो. एवढ्यात बी थुंकून टाकताना हिरव्या डहाळ्यांतून माझं लक्ष खाली गेलं आणि एक विलक्षण अनोळखी चेहरा दृष्टीला पडला.

डोक्यावर लडी वळलेल्या जटा, रंग काळा, एक डोळा

गेलेला, ओठ मोठे, दात मोठे, गालांची हाडं वर, हनुवटी लहान, नाक अपरं, फिस्कारलेल्या मिशा आणि काही निगा न ठेवलेली दाढी, अंग उघडं, कमरेला फडकं गुंडाळलेलं, सगळा देह रोडका-वाळका, पायांत काही नाही. हातात काठी आणि दुसरं काही नाही.

भीतीनं मी गप्प बसलो. प्रभाकरनंही त्याला पाहिलं असावं. तोही गप्प बसून होता. एवढी विलक्षण भीती मला आजवर कधी आणि कुणाची वाटली नव्हती.

भीतीनं थिजून जाणं म्हणजे काय, ते अनुभवलं.

तो काही बोलला नाही. त्यानं काही मागितलं नाही. झाडाखाली उभा राहून दोन मिनिटं आमच्याकडं बघितलं. पण तेवढ्या बघण्यानंच आम्ही दोघंही थिजून गप्प झालो.

वारा नव्हता. झाड गप्पच होतं. ओढा तेवढा खळखळत होता.

अनोळखी चेहऱ्याची भीती कशी असते, याचा एक गडद अनुभव देऊन तो रोडका-भटका ओढ्या-ओढ्यानं कुठं नाहीसाही झाला.

बराच वेळ आम्ही झाडावरच गप्प बसून राहिलो. खाली उतरण्याची हिंमत झाली नाही. जांभळं आणखी खावीत, असं वाटलं नाही.

काही वेळानं वरच्या डगरीवरून एक बैलगाडी धडधडत आली. गाडीवानाचा चेहरा अनोळखीच होता, पण भीती वाटली नाही. त्याची सोबत वाटली. गाडी वाटेला लागताच आम्ही खाली उतरलो आणि चालत-चालत घरी आलो. प्रभाकर आपल्या घरी गेला; मी माझ्या घरी आलो.

अनोळखी चेहरे भेटतात, तसे लहान वयात अनोळखी शब्दही भेटतात. त्यांची भीती वाटलेली नसते; कोडं वाटलेलं असतं. पुढं कधी तरी ते अकस्मात सुटतं.

माझ्या गावापासून सात मैलांवर माझं आजोळ होतं. आजोबांना मी पाहिलेलं नाही, आजीलाही नाही. मामा आम्हाला नव्हताच. एक मावशी होती, पण ती आजोळी नव्हती. दूर आपल्या सासरी होती.

आजोळी आईच्या मालकीची शेतजमीन होती. खंडानं लावलेल्या या जमिनीचा खंड वसूल करण्यासाठी सुगीच्या दिवसांत माझे वडील आजोळी जात. सोबत मला नेत.

सात मैलांचं हे अंतर आम्ही पायीच कापत असू. वडील मला वरचेवर विचारत, "दमलास का रे?"

"नाही."

रस्ता नव्हताच. गाडीवाट होती. तिच्यावर वर्दळ नसायची. चढ-उतार, गोटे, दगड, वाळू, काटे ओलांडत जावं लागे. भल्या सकाळी आम्ही निघालो, तरी वाटेत

ऊन्ह होई. उघड्या रानात ऊन फार लागतं. सावली नसते, वारा नसतो. लवकरच माझं तोंड उन्हानं लाल, घामेजलेले होई.

वडील विचारत, ''ऊन लागतंय का रे?''

''हो.''

''आत्ता गद्धागाढव येईल. तिथं झाड बघून सावलीला बसू थोडा वेळ.''

'गद्धागाढव' हा अगदी अनोळखी शब्द मला आजोळच्या प्रवासात पहिल्यांदा भेटला.

हा एक रोवलेला ओबडधोबड दगड होता. त्याच्या पलीकडं बुटकं पिपरणीचं झाड होतं. त्या सावलीत आम्ही काही वेळ बसत असू.

या दगडाला गद्धागाढव हे नाव का पडलं असावं?

तेव्हा कधी हे कोडं सुटलं नाही.

पुढं अनेक वर्षांनी, सती नावाचं ऐतिहासिक नाटक लिहिताना मी केळकरांचा ऐतिहासिक कोश पाहिला आणि त्यात शब्द आढळला.

गडधू – गावाची सीमा दाखविणारा दगड.

म्हणजे गद्धागाढव हा गडधूचा अपभ्रंश होता.

माझ्या आईच्या भाषेतही नाना अनोळखी शब्द असत. ती माझ्या व्रात्यपणानं चिडली, रागावली म्हणजे म्हणे, ''कार्टं अगदी नसराणी आहे.''

'नसराणी' शब्दाचा अर्थ मला केव्हा कोणीही सांगितला नाही. हा शब्द किती तरी वर्षं अनोळखी राहिला. सर रिचर्ड एफ. बर्टन या थोर लेखकानं संग्रहित केलेला 'एक हजार रात्री व एक रात्र – अरबी गोष्टी' हा एक सुरस आणि चमत्कारिक ग्रंथ आहे. या ग्रंथात बर्टननं तळटिपा दिलेल्या आहेत. त्यांना पर्याय नाही. इंग्रजीतला अल्कोहोल हा शब्द, अरबीतल्या 'अल्-कोल' म्हणजे 'सुरमा' या मूळ शब्दापासून आला आहे. वाळवंटात प्रवास करताना सुरमा वापरल्यानं डोळ्यांना त्रास होत नाही, असं मला आढळून आलं आहे, हे एक बर्टनच सांगू शकतो. कॉकेशस पर्वत म्हणजे मेरू पर्वत, हे मला बर्टन वाचून कळलं.

बर्टनच्या तळटिपा वाचताना मला आईच्या नसराणीचा अर्थ अचानक कळला. 'अल्-नसरानी' हा मूळ अरबी शब्द आहे आणि त्याचा अर्थ धर्मांतर केलेला माणूस असा आहे. आपला धर्म सोडून दुसऱ्या धर्मात जाणं, ही गोष्ट निंद्य; म्हणून ती शिवी.

माझ्या लहानपणी प्रवासाची साधनं कमी होती. दुर्मीळही होती. एका गावाहून दुसऱ्या गावी जायचं, तर रस्ते नसायचे; वाटा असायच्या. या वाटा तुडवीतच जावं लागे. निरोप पोहोचविण्याचं काम नाईक रामोशी किंवा येसकर यांच्याकडे येई.

या लोकांच्या भाषेत नेहमी एक शब्द आढळे –

'लई अजूरा पडला.'

या 'अजूरा' शब्दाचा अर्थही कधी कळला नाही. इतिहास वाचताना अजूरदार हा दूर गावी जाऊन निरोप पोहोचविणारा अशा अर्थी वापरलेला शब्द आढळला आणि अजूरा पडला म्हणजे काय, हे कळलं.

आमच्या गावी चौथ्या इयत्तेपर्यंत शाळा होती. इयत्ता चार, पण शिक्षक एक. मुलंही मूठभरच होती. बाराशे लोकवस्तीच्या गावात शिकणारी मुलं किती असणार? शाळा प्रत्येक शनिवारी सारवून काढावी लागे. कारण मुलांच्या पायांनी जमीन उखणून जाई. हे सारवण्याचं काम मुलांकडं आळीपाळीनं येई.

माझे वडील एकवार म्हणाले, ''अरे, शिक्षकांना शाळा सारवून घेण्यासाठी सादिल मिळतो, तर मुलांच्याकडून कशाला घेतात सारवून?''

मी अर्थातच शिक्षकांना कधी काही बोललो नाही, पण 'सादिल' हा शब्द लक्षात राहिला.

हा बहुधा फारसी शब्द असावा. सादिल म्हणजे लहानशी भत्त्याची रक्कम. भत्ता.

मुलसमानी सत्ता जाऊन केवढा तरी काळ लोटला होता. आता इंग्रजांची सत्ता होती. पण माझं गाव हे लहानशा संस्थानातलं होतं, त्यामुळं किती तरी फारसी शब्द भाषेत होते. फौजदार, वहिवाटदार, मुन्सफ, सांडणीस्वार असे शब्द राहिलेले होतेच.

भाषेतून शब्द लवकर जात नाहीत.

आता विहिरी, रहाट, आड, पोहरा हे कुठं राहिलं आहे; पण अजूनही आपण म्हणतो, 'अंघोळीला पाणी काढ.'

जसे शब्द, तसे वाक्प्रचार.

'तो अमका-तमका मला अगदी पाण्यात पाहतो.'

पाण्यात पाहणं, म्हणजे विलक्षण वैर करणं, हे कळतं. पण हा वाक्प्रचार आला कसा, कुठून? तर, तो आपल्या महाभारतातून आला.

युद्धाच्या वेळी दुर्योधन पाण्यात जाऊन दडला, तरी भीमानं त्याला तिथून शोधून काढला आणि द्रौपदीकडं बघून त्यानं ठोकलेली मांडी गदेनं फोडली. दुर्योधनाला ठार केलं.

वैराचा शेवट असा झाला.

'पाण्यात पाहणं', हे महाभारतातून भाषेत आलेलं आहे.

■

विद्यार्थिदशा

१०

माझ्या हायस्कूल-शिक्षणाच्या काळात मी तळागाळातला मध्यमवर्गीय होतो. औंध संस्थानातील नोकरदारांच्या मुलांना महिन्याला दोन आणे फी होती. मला तीही महिन्याच्या महिन्याला भरता येत नसे. एकोणीस-बारा-त्रेपन्न या तारखेला शाळेकडून आलेलं एक कार्ड सांगतं –

श्री भवानी विद्यालय हायस्कूल,
आटपाडी, ता. १९/१२/५३.

चि. रा. व्यंकटेश यास सप्रेम आशीर्वाद वि.

तुझे श्री. हे. मा. यांच्या नावे आलेले पत्र पाहिले. रजिस्टरमध्ये जन्मतारीख सहा-सात-सत्तावीस अशी आहे. तसेच फीची बाकी फक्त बारा आणे आहे. ते पाहून चमत्कारिक वाटते. ती तुझ्या नावावर राहू नये, अशी इच्छा आहे. कारण तो एक कमीपणा आहे. तरी उलट टपाली नियमाप्रमाणे सर्टिफिकेट फी एक रुपया व हे बारा आणे असे १।।। यावेत, म्हणजे श्री. हे. मा. यांच्या सहीने ऑफिशियल जन्मतारीख पाठवीत आहे. जास्त काय लिहू?

तुझा उत्तरोत्तर उत्कर्ष व्हावा, हीच माझी केव्हाही इच्छा असणार. कळावे.

तुझा एकेकाळचा शिक्षक

– व्ही.के. देशपांडे

व्ही. के. मास्तर आम्हाला इंग्रजी शिकवत. त्यांची मूर्ती माझ्या डोळ्यांसमोर आजही आहे.

उंच, प्रमाणशीर बांध्याचे, वर्ण गोरापान, तरतरीत नाक, सदा स्वच्छ दाढी केलेली. ओठावर मिशा नाहीत. रुंद जिवणी, घारे डोळे. पांढरा हाफ शर्ट खाकी हाफ पँटमध्ये खोचलेला. पायांत चपला. डोक्याला नेहमी रा. स्व. संघाची काळी लोकरी टोपी. डोळ्यांना चष्मा. नाकाच्या दोन्ही बाजूंनी निघून ओठाच्या दोन्ही कडांवर उतरलेल्या रेषा. चेहरा नेहमी गंभीर. हसलेच कधी, तर अगदी चिमूटभर हसत; लगेच स्वत:ला सावरत.

आवाज गंभीर, बसका. स्वभावात उथळपणा नाही. मोकळेपणा नाही. अत्यंत खासगी माणूस.

त्रेपन्न साली माळावर हायस्कूलची छान दगडी इमारत झालेली होती. त्या आधी हायस्कूल हे मिडल स्कूल होते आणि बाजारपेठेतल्या एका वाड्यात भरत असे. शेजारी सूर्योपासना-मंदिराचा ऐसपैस हॉल होता. इथं रोज सकाळी सर्व विद्यार्थ्यांना रांगेत उभे राहून पंचवीस सूर्यनमस्कार घालावे लागत. आठवड्यातून एकदा मुख्याध्यापक वा.दा. नाईक गीतेचा अध्याय म्हणवून घेत. तेव्हा पाठ केलेला बारावा अध्याय सगळाच्या सगळा नसला, तरी मला थोडा पाठ आहे. अंघोळ आटोपल्यावर अजूनही मी बाराव्या अध्यायातील श्लोक मोठमोठ्यांदा म्हणतो.

आणखी एक सुरेख पद्धत म्हणजे वाचन ऐकण्याची. दुटांगी धोतर, पांढरा खाकी शर्ट, खादी कोट, गांधी टोपी घातलेले मुख्याध्यापक वाचनासाठी एखादं सुंदर पुस्तक निवडत आणि दहा ते पंधरा मिनिटं उभे राहून वाचत. आम्ही मुलं बसून ऐकत असू. पुढं मला गंभीर वाचनाची आवड लागली. तिला कारण नाईकमास्तरांचं वाचनही असावं.

रात्री अभ्यास करता येतो, म्हणून आम्ही दोघे-तिघे मित्र सूर्योपासना-मंदिरात झोपत असू. कंदील आणण्याची जबाबदारी मुरल्याकडं असे. कारण तो वकिलाचा मुलगा होता आणि घरचा चांगला सधन होता.

या काळात, म्हणजे दुसऱ्या महायुद्धाच्या काळात सगळीच चणचण होती. कापड मिळत नसे. धान्य मिळत नसे. साखर, मका, मिलो रेशनवर मिळे. व्ही. के. मास्तर खाकी हाफ पँट वापरत याचे कारण युद्धपरिस्थितीमुळं कापड मिळत नसे, हेही होतं.

घरात पैशाची चणचण आणि बाहेर वस्तू मिळण्याची चणचण, अशा कात्रीत माझी विद्यार्थिदशा सापडलेली होती.

पांढऱ्या रंगाचा एक शर्ट आणि निळ्या रंगाची एक हाफ पँट एवढाच माझा पोशाख असे. डोक्याला गांधी टोपी. पायांत काही नाही. काट्याकुट्यांतून किंवा उन्हातून तापलेल्या फुफाट्यातून चालायचं असलं, तरी पायांत वहाणा लागतात. एरवी त्यांची गरज नसते, असं आम्हाला वाटत असे. तत्त्ववेत्त्याला शोभावी, तशी रोजच्या जीवनातील वृत्ती आम्हाला अगदी सहज लाभलेली होती.

कुठंही बसणं, कुठंही लोळणं यामुळं कपडे मळत. सुट्टीच्या दिवशी ते धुवावे लागतच; पण एरवीही मळले की, धुणं भाग असे. आम्ही सूर्यमंदिरात झोपत असल्यामुळं एक सोय झालेली होती. शाळेच्या आडावर रहाटानं पाणी काढून शर्ट-पँट धुणं शक्य होई. पहिलवानाप्रमाणं कमरेला लंगोट लावून संध्याकाळी हे काम करता येई. कपडे रात्रभर वाळून चांगले कडक कुरकुरीत होत. सकाळी स्वच्छ पोशाखात शाळेत जाता येई.

झोपताना लंगोटाशिवाय आणखी कपडा अंगावर लागत नसे. अंथरूण म्हणून सतरंजी आणि पांघरूण म्हणून एक रंगीत चादर पुरी होत असे. ही चादर पायाखाली ताणून आणि तोंडावरून घेऊन डासांपासून आणि गारठ्यापासून बचाव करता येई.

कपडे धुण्यासाठी साबणाची वडी मात्र लागे. नाना युक्त्या-प्रयुक्त्या करून ही वडी मिळवावी लागे. पेरणीच्या काळात शेतकरी बियाणं मिळवण्यासाठी जसा धडपडतो, तसे आम्ही विद्यार्थी साबणाची वडी मिळवण्यासाठी धडपडत असू. हुडकण्याचा नाद होताच. रानात जाऊन चिंचा, बोरं, जांभळं असा रानमेवा हुडकायचा. वाण्याला घालता यावा असा माल, म्हणजे बाभळीचा डिंक, करंजीच्या बिया हुडकायच्या. शेतीपूर्वीच्या काळातला माणूस हंटर आणि गॅदरर होता, याचं भान नसतानाही आमचे हे उद्योग चाललेले असत. याच हुडकाहुडकीत आम्हाला शाळेत म्हणजे पूर्वीच्या वाड्यातलं भिंतीतलं अंबार सापडलं. हे चांगलं पुरुषभर उंचीचं आणि दीड-दोन वाव रुंदीचं होतं. त्यात काय आहे, हे पाहण्यासाठी आम्ही एकवार कंदील घेऊन आत उतरलो, तर बरेच जुने कागद होते. मासिके होती. अहवाल होते. हिशेब केलेल्या वह्या होत्या. आमच्या हाती अलिबाबाची गुहाच लागली.

ही सगळी रद्दीच होती आणि ती थोडी-थोडी वाण्याला घालून साबणाची वडी सहज आणता येणार होती. शाळेचे रबरी शिक्के मारलेली वरची पानं तेवढी आम्ही काळजीपूर्वक अंबरातच टाकीत असू.

बाजारपेठेत अगदी सुरुवातीला एक वाण्याचं दुकान होतं. छातीएवढ्या उंचीचं जोतं आणि वर आडवं दुकान. अठराशे वीस साली कोणी सर्जन कोट्स नावाच्या साहेबानं 'लोणीगावचा सांप्रतचा वृत्तांत' एल्फिन्स्टनसाहेबांच्या सांगण्यावरून लिहिला

आहे. दुकानात कोणकोणत्या वस्तू आहेत, याची यादी आहे. या यादीत कस्तुरी आहे. जैनकाकांच्या दुकानात कस्तुरी नव्हती, पण पाचशेएक वगैरे साबण वड्या होत्या. जाड वडीची किंमत एक आणा असे.

जैनकाकाचं वय झालेलं होतं. त्यांना दम्याचा आजार होता. डाळ, गूळ, गोडेतेल, गोटा खोबरं, साखर, रॉकेल या वस्तूंच्या वासानं घमघमणाऱ्या दुकानात जैनकाका गुळगुळीत पाटावर बसलेले असायचे.

''काका, रद्दी पाहिजे का?''

''होऽऽय.''

''ही घ्या आणि तिच्या बदल्यात साबण वडी द्या.''

''होऽऽय.''

दम्यामुळं आणि वय झाल्यामुळं बोलणं, उठणं सगळंच काकांना कठीण जाई. लोंबकळणाऱ्या दोरीला धरून ते पुढं वाकत. रद्दी घेत, वजन करत आणि म्हणत, ''एक साबण वडी देतो.''

''आणखी?''

''शाईच्या पुड्या?''

''नको, काका.''

''टाकाचं निब?''

''नको, काका.''

''खारका?''

''नको.''

''डाळे-चुरमुरे?''

''द्या.''

– असा सुखसंवाद होई.

डाळे-चुरमुऱ्याचा मोठा कागदी पुडा आणि साबणाची वडी घेऊन संध्याकाळी सात-साडेसात वाजता मी शाळेकडं येई. डाळे-चुरमुऱ्यांचा फन्ना लगेच उडे. साबणाची वडी चार धुणी पुरे.

रद्दीनं भरलेलं शाळेचं अंबार वर्ष-दोन वर्षं आम्हाला साबण पुरवत राहिलं.

म्हणजे वृक्षाप्रमाणं छापील कागदही माणसाला अनेक बाबतींत उपकारक ठरतो.

कबीर सांगतो – तरुवर, सरोवर, संत आणि झरता मेघ हे परमार्थासाठीच देह धारण करतात. आपण या पंगतीत छापील कागदालाही बसवू या.

■

बोधकथांतील पात्रे

११

जगातील अनेक भाषांत बोधकथा लिहिल्या किंवा एकत्रित करून पुन्हा वाचकांसमोर ठेवल्या गेल्या आहेत. स्वत:च्या प्रतिभेतून स्फुरल्या गेल्या, अशा थोड्याच असाव्यात. पण जनमानसात प्रचलित असलेल्या कथा एकत्र करून त्या स्वत:च्या भाषेत पुन्हा सांगितलेल्या अशा जास्ती. असे किती संग्रह आहेत? तर इसापनीती, पंचतंत्र, हितोपदेश, महाभारतातील शांतिपर्वात आणि इतर पर्वांत सांगितलेल्या बोधकथा, जातककथा आणि कित्येक. जगातल्या सर्व भाषा लिखित स्वरूपात आहेतच, असं नाही. काहींना लिपी नसेलही. त्या भाषांतल्या बोधकथा आपल्याला कशा कळाव्यात?

माणसानं जगात कसं वागावं, हे व्यवहारी शहाणपण बहुतेक बोधकथांतून असतं. पण या बोधकथांतील पात्रं मात्र माणसं नसतात; जनावरं, पक्षी असतात. सर्व बोधकथांबद्दल असं विधान करता येणार नाही, पण बहुसंख्य बोधकथांबद्दल असं विधान करता येतं. माणूस हाही प्राणीच. तो माकडापासून उत्क्रांत झाला, का आणखी कोणापासून झाला, हा मुद्दा वादग्रस्त असेल. माणसाचा मेंदू हा उत्क्रांत असा आहे. त्याला विचार करता येतो. कल्पना सुचतात. त्याला भूतकाळ

स्मरतो, भविष्याबद्दल स्वप्नं रंगवता येतात. एखादी योजना आखून, ती तो तडीला नेऊ शकतो. शिवाय त्याच्यापाशी हात आहेत. डावा आहे, उजवा आहे. प्रत्येकास पाच बोटं आहेत. कुणापाशी नाही, असा अंगठा आहे. हात हा आपल्या जवळ असलेल्या प्रभावी अवयवानं तो सुईत दोरा ओवू शकतो. लिहू शकतो. चित्रं काढू शकतो. हे इतर कोणा प्राण्याला करता येत नाही. सुग्रण पक्षी सुंदर, टिकाऊ, देखणं असं घरटं विणू शकतो; पण त्याला काही अजून कोणी सुईत दोरा ओवताना पाहिलेलं नाही. चिंपांझी माकडं बऱ्याच गोष्टी शिकू शकतात, पण त्यांना काही एखादी कथा किंवा कविता लिहिता येत नाही. रेखाटन करून झाड काढता येत नाही.

चिंपांझीच्या शहाणपणासंबंधी अनेक कथा सांगितल्या जातात.

एकदा एका अभ्यासकानं पाळलेल्या चिंपांझी माकडासमोर रंगीत ठोकळे ठेवले. हे एकावर एक रचून तो त्यातून काही आकार निर्माण करू शकतो का, हे त्याला बघायचं होतं.

अभ्यासकानं खोलीचं दार बंद केलं. चिंपांझी आणि ठोकळे यांना एकत्र ठेवून काही मिनिटं जाऊ दिली आणि मग हळूच बंद दाराच्या भोकापाशी जाऊन तो बघू लागला की, माकड काय करतंय.

तर, चिंपांझी खोलीच्या दुसऱ्या दाराच्या भोकातून बाहेर पाहत होता की, अभ्यासक बाहेर काय करतोय!

माकडांपैकी वानर मात्र काही शिकत नाही. माकडाचे खेळ करणाऱ्यांपाशी तुम्ही काळ्या तोंडाचं वानर कधीही पाहिलं नसेल.

एका शास्त्रज्ञाला वाटलं की, आपण वानराला शिकवू. त्यानं लहान वानर पाळलं. घराच्या एका खोलीत ठेवलं.

हे बेटं रोज खोलीत 'शी' करून ठेवायचं. 'शी' ही बसल्या ठिकाणीच करायची नसते, बाहेर जाऊन करायची असते, हे त्याला कळावं; म्हणून शास्त्रज्ञानं एक परिपाठ काही दिवस चालू ठेवला.

'शी' केली की, वानराला ती बोट करून दाखवायची. मग त्याच्या कुल्ल्यावर जोरात चापट द्यायची आणि खोलीच्या खिडकीतून त्याला बाहेर, बागेत टाकायचं. एकदा, दोनदा, तीनदा, चारदा – असा हा कार्यक्रम आठवडाभर सुरू होता.

'शी' दाखवायची, कुल्ल्यावर चापट मारायची आणि खिडकीतून बाहेर फेकायचं.

आठव्या दिवशी शास्त्रज्ञानं पाहिलं, तर वानरानं 'शी' केली होतीच.

मात्र, शास्त्रज्ञाला बघताच वानरानं स्वतःच्या कुल्ल्यावर चापट मारली आणि खिडकीतून बाहेर उडी टाकली!

हे थोडं विषयांतर झालं. आपण विचार करत होतो, बोधकथांतील प्राण्यांचा.

या कथांत प्राणी-पक्षीच का असतात, याचा. पंचतंत्रातली एक गोष्ट –

गोष्टीचं नाव, 'शिथिलौ च सुवृद्धौ च।'

कोणा एका गावात तीक्ष्णविषाण नावाचा बैल राहत होता. हा अंगापिंडानं भला दांडगा होता. माजलेला होता. आपल्या कळपातून फुटून तो एकटाच मन मानेल तसा हिंडे, नदीकाठी शिंगानं माती उकरे, कोवळं हिरवं गवत खात अरण्यातून हिंडे.

या अरण्यात प्रलोभक नावाचा एक कोल्हा वस्तीला होता. एकदा तो आणि त्याची कोल्ही नदीकिनारी सुखानं बसली असताना तीक्ष्णविषाण बैल पाणी प्यायला आला.

त्याचं लोंबणारं आंड बघून कोल्ही म्हणाली, "अहो, त्या बैलाचे मांसपिंड बघा कसे लोंबताहेत; अगदी गळून पडायला आलेत! चला, आपण त्याच्या मागं जाऊ."

कोल्हा म्हणाला, "अगं, ते पडतीलच, असं नक्की नाही. फुकट दमणूक होईल. कशाला दमू मी? पाण्यावर उंदीर येतील, ते खाऊ या. आपण उंदराच्या येण्या-जाण्याच्या वाटेवरच बसलोय. हातची शिकार सोडून बैलाच्या मागं फिरू लागलो, तर ही जागा दुसरे कोल्हे बळकावतील; आपली पंचाईत होईल. मला नाही तुझं सांगणं पटत."

कोल्ही म्हणाली, "तुम्ही असेच बुळे. चिमूटभर मिळालं की, तेवढ्यावर खूश होणारे. पुरुषानं कसं उत्साही असावं. उत्साहानं सुरुवात केली, आळस सोडून पराक्रम केले; तरच लक्ष्मी मिळते आणि जवळ राहते. आपल्या नशिबात नाही, असं म्हणून उद्योग करायचं कधी सोडू नये."

"अगं, पण हे लोंबणारे मांसाचे गोळे पडतीलच कशावरून? आता तू म्हणतेच आहेस, तर जाऊ या आपण या बैलाच्या मागं."

– आणि, उंदीर मिळायची ती जागा सोडून कोल्हा आणि कोल्ही बैलाच्या मागोमाग हिंडायला लागली.

बैल चरत राहिला की, त्याच्या मागं-मागं राहायचं. बैल पाण्यावर गेला की, त्याच्या मागं उभं राहून आशेनं बघत राहायचं. बैल बसला की, आपणही बसून राहायचं. दिवसामागून दिवस, महिन्यांमागून महिने, वर्षांमागून वर्षं गेली. पण पुष्ट बैलाचं सैल झालेलं, वाढलेलं आंड काही गळून जमिनीवर पडलं नाही.

पंधरा वर्षं झाल्यावर कोल्हा निराश झाला. बायकोला म्हणाला, "पंधरा वर्षं हिंडलो, हे पडलं नाही; इथून पुढंही पडेल, असं वाटत नाही. चल, आपल्या पहिल्या जागी."

– आणि बैलाचा नाद सोडून कोल्हा-कोल्ही पाण्यावर आले. उंदीर खायला पुन्हा नदीकाठी गेले.

तात्पर्य – हे पिकलंय, आता हलका वारा येताच गळून पडेल, असं वाटतं; ते चांगलंच घट्टही असतं.

आता, सतराव्या शतकात होऊन गेलेल्या ला फॉन्तेन या फ्रेंच लेखकाची एक बोधकथा –

कथेचं नाव 'शिंगबंदी आणि ससा'.

जंगलाचा राजा सिंह हा अचानक जखमी झाला. भूक लागली. आता काही तरी शिकार मिळालीच पाहिजे, म्हणून त्यानं शिंगवाल्या काळविटांचा पाठलाग केला. एका काळविटाला कळपातून अलग पाडलं आणि झेप टाकून त्याला पंज्याच्या तडाख्यानं जमिनीवर पाडलं. काळविटाचं नरडं धरलं. पण या धडपडीत काळविटाची जबरदस्त शिंगं त्याला लागली. एक शिंग तर डोळ्यात घुसलं. जंगलाचा राजा वेदनांनी व्याकूळ झाला. हे शिंगांनी झालेल्या जखमांचं दुखणं त्याला फार दिवस त्रासदायक ठरलं.

दुखण्यातून उठताच राजाधिराज सिंहमहाराज यांनी तत्काळ एक फर्मान काढलं की –

'आजच्या तारखेपासून शिंगांवर बंदी. लहान-मोठी, अणकुचीदार, बोथट, वाकडी, सरळ – सर्व शिंगांवर बंदी. ज्या कुणाच्या डोक्यावर शिंगं असतील, ती त्यांनी तत्काळ काढून टाकावीत. मुळापासून उपटून टाकावीत. सर्वांनी बिनशिंगांचं राहिलं पाहिजे. हा बंदीहुकूम मोडून जो कोणी डोक्यावर शिंग अगर शिंगं ठेवील आणि चारचौघांत हिंडेल, त्याला कडक शासन करण्यात येईल!'

हा हुकूम जंगलात जारी झाला आणि पळापळ झाली. ज्यांना शिंगं होती, ते प्राणी जंगल सोडून निघून गेले. सगळी सांबरं गेली, सगळी चितळं गेली, बारशिंगे गेले, गवे गेले, रानम्हशी गेल्या, गाई गेल्या. सगळी शिंगंवाली प्रजा राज्याची हद्द सोडून बाहेर निघून गेली.

या गोंधळात एका सशानं आपली सावली बघितली आणि डोक्यावरचे उंच कान बघून त्याच्या पोटात भीतीचा गोळा उठला. तो मनात म्हणाला, 'बाप रे! शासनानं रखवालदार नेमलेल्या एखाद्या रानकुत्र्याला हे कान म्हणजे शिंगंच आहेत, असं वाटलं, तर? किंवा शिंगावर आली, तशी बंदी उद्या उंच कानांवर आली, तर?'

टाण्ऽटाण्ऽ उड्या मारीत ससा आपल्या शेजाऱ्याकडं गेला. हा शेजारी म्हणजे एक रातकिडा होता. दमगीर आवाजात ससा म्हणाला, ''मित्रा, अखेरचा निरोप घ्यावा, म्हणून आलोय. मी चाललो. हे जंगल मी कायमचं सोडणार.''

किडा म्हणाला, ''का, तुला कसली भीती आहे?''

''आज ना उद्या माझ्या या उभ्या, लांब कानांवरही बंदी येणार.''

यावर रातकिडा फार भडकला. म्हणाला, "अरे, शिंगं कुठं, कान कुठं! तू मला काय, बिनडोक समजतोस काय?"

ससा म्हणाला, "मित्रा, हे शासन मनात येईल, ते सिद्ध करील. कान हे शिंगंच आहेत, असं कोर्टसुद्धा ठरवील. कायदा गाढव असतो. मी ससा आहे हो, सशाला शिंगं नसतात, असं मी कितीही कळवळून सांगितलं; तरी ते मला दोन शिंगंवाला गेंडासुद्धा ठरवतील! माझ्याविरुद्ध अनेक साक्षीदार उभे करतील आणि मला फाडून खातील. बाप रे! या जंगलातून पळून जाण्याऐवजी दुसरा मार्ग नाही आता.

"राम, राम, मित्रा, राम, रामऽऽ गेलो!"

– असं म्हणून ससा धूऽऽऽम्ऽ पळाला.

या दोन बोधकथांतली सगळी पात्रं म्हणजे प्राणी आहेत. का?

तर, प्राण्यांचे स्वभाव निश्चित असतात; बदलत नाहीत. कावळा कावळ्यासारखंच वागणार. कोल्हा कोल्ह्यासारखाच वागणार, सिंह सिंहासारखंच वागणार.

माणसाबद्दल असं विधान करता येणार नाही. माणूस माणसासारखंच वागेल, असं कोणी सांगावं? तो पशूही होईल, देवही होईल. वाल्या कोळ्याचा वाल्मीकी होईल आणि दाढीवाला साधू अट्टल गुन्हेगारही होईल. माणसाचा काही भरवसा नाही.

ही गोष्ट बोधकथा सांगणाऱ्यांना माहीत होती; म्हणून त्यांची पात्रं ही जनावरं असतात किंवा पक्षी असतात. उत्तम बोधकथा ही प्राण्यांवाचून होत नाही. उत्तम परिकथा ही माणसांवाचून होत नाही.

■

आठवणीतले माटे

१२

एकोणीसशे छपन्न साल असावं. पुणे आकाशवाणी केंद्रावर ग्रामीण कार्यक्रमाचा प्रोड्यूसर म्हणून माझी नेमणूक झाली होती.

'ॲनिमल फार्म' या जगभर गाजलेल्या कादंबरीचा लेखक जॉर्ज ऑर्वेल बीबीसीवर प्रोड्यूसर होता. 'ही दोन वर्षं मी वाया घालवली,' असं त्यानं नमूद केलं आहे. जॉर्ज ऑर्वेलसारख्या मोठ्या लेखकाला हे शोभतंही. दोन वर्षं नोकरीत काढण्याऐवजी 'ए हँगिंग' किंवा 'शूटिंग ॲन एलिफंट'सारखे दोन ललित लेख त्यानं लिहिले असते, तरी दोन वर्षं कारणी लागली असती. मला आज 'उपेक्षितांचं अंतरंग' लिहिणाऱ्या श्री. म. माटे यांची आठवण झाली, ती 'ऑर्वेल रिमेंबर्ड' या पुस्तकावरून. एकोणीसशे चौऱ्याऐंशीमध्ये तीन विभागांमध्ये बीबीसीनं केलेल्या कार्यक्रमांवरून हे पुस्तक जन्माला आलं आहे. त्यात अनेकांनी सांगितलेल्या ऑर्वेलसंबंधीच्या आठवणी आहेत.

आपल्याकडं कोणा लेखकासंबंधी टीव्हीनं किंवा आकाशवाणीनं असा कार्यक्रम केल्याचं मी ऐकलं किंवा पाहिलेलं नाही.

तर, छपन्न साली मी 'भारताच्या ललाटरेषा' म्हणून एक

नद्यांविषयी भाषणमालिका आखली आणि गंगेबद्दल बोलण्यासाठी श्री. म. माटे यांना विनंती केली. त्यांनी भाषण देण्याचं मान्य केलं.

आज आहे, तशी टेपरेकॉर्डिंगची पद्धत तेव्हा नव्हती. भाषणाचे कार्यक्रम होत, ते प्रत्यक्षच. एक भाषण पंधरा मिनिटांचंच म्हणजे साधारणत: चौदाशे शब्दांचं असे. गावकरी-फड हा कार्यक्रम संध्याकाळी असे. पाच वाजल्यापासून मी श्री. म. माटे यांची वाट पाहत होतो. आज आपल्या स्टुडिओत 'माणुसकीचा गहिवर' लिहिणारे थोर लेखक येणार, म्हणून मी फार आनंदात होतो. माझा त्यांचा परिचय होता, तो लेखनामधून. कधी पाहिलं असेल, कधी बोललो असेन; पण प्रत्यक्ष परिचय नव्हताच.

माटे अगदी वेळेवर आले.

मी त्यांना भाषणासाठी असलेल्या स्टुडिओत घेऊन गेलो.

वक्त्याच्या खुर्चीत माटे बसले.

मग नेहमीच्या पद्धतीप्रमाणं मी म्हणालो, ''समोर घड्याळ आहेच. त्याच्या वरचा तांबडा दिवा लागला की, आपण भाषण वाचायला सुरुवात करायची. तुमचं भाषण संपलं की, दिवा जाईल. मग मी तुमच्याशी बोलेन. चौदा मिनिटं झाली की, तुम्ही भाषण संपवायचं.''

हे सगळं ऐकून माटे म्हणाले, ''तो दिवा लागला की, तुम्ही माझ्या खांद्याला स्पर्श करा; कारण मला दिवा दिसत नाही, घड्याळ दिसत नाही. तुम्ही चौदाव्या मिनिटाला पुन्हा स्पर्श केलात की, मी भाषण संपवेन.''

दिसत नाही? मग हे समोरचं भाषण कसं वाचणार? भाषण तर यांनी लिहून आणलं आहे.

टक्ऽ टक्ऽ टक्ऽऽ आवाज होत होता. मिनिटकाटा फिरत होता. तांबडा दिवा लागला, मी हलकेच माटे यांच्या खांद्याला स्पर्श केला.

दोन्ही हातांची बोटं एकमेकांना लावून माटे स्वस्थ बसले होते. डोळे मिटलेले. त्यांनी शांत स्वरात सुरुवात केली –

''गंगामाई, तू भारतवर्षाचं राष्ट्रीय महातीर्थ आहेस. आध्यात्मिक क्षेत्रात गीतेचं जे स्थान आहे, ते धार्मिक क्षेत्रात तुझं आहे. भरतानं तुझ्या काठावर अश्वमेध यज्ञ केला. तू महासागराची पत्नी आहेस....''

समोरच्या घड्याळात चौदा मिनिटं झाल्यावर मी पुन्हा माटे यांच्या खांद्याला स्पर्श केला, तेव्हा त्यांनी भाषण संपवण्याआधीची चार वाक्यं उच्चारली आणि आपलं गंगेवरचं भाषण संपविलं.

मी थक्क झालो. तांबडा दिवा विझल्यानंतर म्हणालो, ''माटेसाहेब, तुम्ही भाषण वाचलं नाहीच.''

''अहो, तुमच्या रेडिओला लिखित भाषण हवं असतं, म्हणून मी डिक्टेट केलं

होतं, काय बोलायचं ते. तेच बोललो.'' असं म्हणून लिखित भाषणाचे कागद त्यांनी माझ्याकडं दिले.

रेल्वे स्टेशनपाशी असलेल्या सेंट्रल बिल्डिंगमध्ये तेव्हा रेडिओ स्टेशन होतं. मी पायऱ्या उतरेपर्यंत त्यांना पोहोचवायला गेलो.

मिशीत हसत म्हणाले, ''बोलावत जा असे आम्हाला. मीठ-मिरचीची सोय होते.''

हिरव्या मिरच्या घेता येतील, एवढेच पैसे तेव्हा रेडिओ वक्त्याला देत असत.

माट्यांच्या ललित लेखनात माणदेशातल्या खुणा जागोजाग आढळतात. 'शंभू शिखरीचा राजा,' या गोष्टीत सांगितलंच आहे, गोष्ट माणदेशातली आहे. कोणत्या एका गोष्टीत रेणावीचा पाव्हणा आहे. ही रेणावी विट्याजवळ आहे. माटे काही काळ विट्याला होते. त्यांच्या गोष्टीतली काही पात्रं माणदेशी आहेत. भाषाही माणदेशी आहे. पन्नास वर्षांपूर्वी त्यांनी आपल्या लेखनातील भाषेविषयी लिहिलं आहे –

'वास्तवरूप प्रतीत व्हावे, म्हणून नागर व ग्रामीण अशा दोन्ही भाषांचा संकर केला आहे. पांढरपेशे लोक सोडून इतरांची भाषा सगळीच्या सगळी त्यांच्या पद्धतीची लिहिता येणे शक्य होते; पण अनुभव असा आहे की, तसली भाषा वाचकांना अपरिचयामुळे वाचायला बराच त्रास होतो; न लिहावी, तर वास्तवाचा घात होतो व वस्तूत स्वाभाविकपणा दिसत नाही, म्हणून मी असे केले आहे की, त्याच पात्राच्या तोंडी आवश्यक तितकी ग्रामीण भाषा घातली आहे व मग चालू नागरभाषा उपयोजिली आहे. या मिश्रणामुळे वास्तवाचे सौंदर्य व ग्रामीण भाषेचे राकट माधुर्य कायम राहून वाचकांची अडचण बरीच कमी होते. पुष्कळ ठिकाणी जुन्या भाषेचे प्रयोग आहेत, असे कोणास वाटेल; पण देशावर राहिलेल्या व भाषेच्या दृष्टीने जीवनात रहाळलेल्या वाचकांना दिसून येईल की, हे प्रयोग जुन्या भाषेचे नसून चालू भाषेचेच आहेत. आपली भाषा भारीच संस्कृतमय व वर्तमानपत्री थाटाची झालेली आहे. त्यामुळे लोकभाषा जुनीशी वाटते, इतकेच.'

छपन्न सालची ही हकिगत आणि सत्तावन्न साली माटे कालवशही झाले. घशाच्या व्रणामुळं ते आजारी आहेत, ही बातमी कळताच मी त्यांना भेटायला घरी गेलो. सोबत लहान मुलगी ज्ञानदा होती. तिला अशासाठी बरोबर नेलं की, आपल्या बापाला 'माणदेशी माणसं' लिहावीत, ही बुद्धी ज्यांचं लिखाण वाचून झाली, त्या श्री. म. माटे या मूळपुरुषाला तिनं पाहिलेलं असावं.

माटे त्या भेटीत मला म्हणाले, ''हा घशाचा विकार मला का व्हावा, हे कळत नाही. कसलंही व्यसन मी केलं नाही. एक कढत चहा तेवढा पीत असे.''

एकोणीसशे पंच्याहत्तरमध्ये वॉस्कोला झालेल्या गोमंतक मराठी साहित्य संमेलनाच्या अध्यक्षीय भाषणात मी माटे यांचा उल्लेख करून म्हणालो, ''रशियातील एक श्रेष्ठ कथालेखक तुर्जेनीव्ह ह्यांनी रशियन कथेविषयी असं म्हटलं आहे की, आम्ही सगळे गोगोलच्या 'ओव्हरकोट'मधून बाहेर पडलो आहोत.

''मला वाटतं की, आम्ही – विशेषत: गावाकडील गोष्टी लिहिणारे लेखक – माटेमास्तरांच्या 'बन्सीधरा, तू कोठे रे जाशील?' या कथेतल्या भटक्या कातकऱ्यांच्या तळावरून आलो आहोत.''

वृत्तपत्रांतून माझं भाषण प्रसिद्ध झाल्यावर मुंबईहून प्रा. वि. ह. कुलकर्णी यांचं मला पत्र आलं. त्यात त्यांनी भाषण फार आवडल्याचं कळवून म्हटलं होतं, 'तुम्ही कधी काळी माटे यांचे शिष्य होता काय? असाल, तर गुरूचे ऋण तुम्ही उत्तमरीतीने फेडले आहे.'

गुरुवर्य श्री. म. माटे यांचा शिष्य होण्याचे भाग्य मला लाभलेलं नाही. पण एक कृष्णाकाठचा रामवंशी, एक तबा महार, एक पुरंदरचा नामा हेही कथांचे उत्तम विषय होऊ शकतात, ही वाट माटे यांनीच दाखविली. ही कृतज्ञता मनात आहे.

कृतज्ञ असणं, हे सुसंस्कृतपणाचं लक्षण आहे.

■

वाचन १३

'खरी पुस्तकं खऱ्या भावबळानं वाचणं, हा एक अतिश्रेयस्कर असा व्यायामच आहे. दिवसभरात केलेल्या इतर कुठल्याही कामापेक्षा अधिक दमवील, राबवील, असा व्यायाम आहे. पहिलवानाला लागते, तशीच शिस्त आणि चिकाटी ह्यालाही लागते. साऱ्या जिंदगीच्या अपेक्षा निर्माण करणं, हेच ह्याचं उद्दिष्ट असतं.' असं थोरोनं सांगितलेलं आहे.

मला वाटतं, भावबळानं वाचन होतं ते विशी-पंचविशीपर्यंतच. पुढं माणूस काही कारणानं वाचतो. काही अपेक्षा ठेवून वाचतो. सुरुवातीला काव्य, मग कथा-कादंबऱ्या, मग चरित्र-आत्मचरित्र, मग प्रवास आणि शेवटी अध्यात्म – म्हणजे दासबोध, ज्ञानेश्वरी, हरिपाठ, गाथा! असं आपलं वाचन गडगडत, घरंगळत जातं.

काही वाचकांच्या बाबतीत तर ते वृत्तपत्रातील स्तंभाच्या उंचीच्यावर कधी जातच नाही.

असं म्हणतात की, चांगला नकलाकार हा संभाव्य नट असतो आणि चांगला वाचक हा संभाव्य लेखक असतो.

आठवणींची रिळं उलगडून पाहिली, तर मला असं दिसतं की, ऐन उन्हाळ्यात कलिंगडाची दोन्ही हातांनी उचलून तोंडाला लावलेली रसाळ, लालभडक आणि थंड फोड जशी विलक्षण गोड लागते; तशीच गोडी वाचन नावाच्या गोष्टीतही असते, हे मला वयाच्या नवव्या वर्षी अगदी अचानक कळलं. याभ वयात इतर काही मिळावं म्हणून नव्हे, तर निव्वळ आनंद वाटतो, म्हणून आपण नाकाला पुस्तक लावून तासन् तास बसतो किंवा लोळतो किंवा पसरतो किंवा गुडघ्यांवर घेतो. दिवस मावळून अंधार पडूच नये, असं वाटतं. कोयनेची लहरी वीज माझ्या लहानपणी आलेली नव्हती. अंधार झालेला दिसे. कंदिलासाठी रॉकेल तेल वाण्याकडून विकत आणावं लागे. गोड्या तेलाप्रमाणे आपल्या रानात पिकलेल्या करडईचं तेल गावातल्या घाण्यावर काढून आणता येत नसे. म्हणून माझी आई ताकीद देई, ''काय वाचायचं, ते दिवसाउजेडी वाच. तेल आडाला लागत नाही.''

कोणत्या वनस्पतींची पानं खावीत आणि कोणती खाऊ नयेत, हे सशांच्या पिल्लांना त्यांच्या आया शिकवतात. माणसाच्या आयांनी पुस्तकांच्या पानांबद्दल अशी जागरूकता दाखवल्याचं माझ्या पाहण्यात नाही.

या काळात, म्हणजे एकोणीसशे छत्तीसमध्ये, मी काय वाचलं, याची काही आठवण मला आहे. प्रत्येक नादी माणसाचं स्वत:चं असं छोटं आठवणीतलं ग्रंथालय असतं. मनाच्या कुठल्या तरी माळ्यावर काही पुस्तकं दाटीवाटीनं रचून ठेवलेली असतात. यांतली काहींची नावं मला सांगता येतील. पंचतंत्राचं मराठी भाषांतर. लबाड कोल्हे, गरीब कासवं, खिंकाळणारी गाढवं, चपळ उंदीर आणि कावळे, हरणं, हत्ती, सिंह यांचं ते विलक्षण जग. तेव्हा तात्पर्यात रस नव्हता. गोष्ट वाचूनच आनंद होई. हे भाषांतर कोणी केलेलं होतं, हे मला माहीत नाही. कारण पुस्तकाचा कर्ता म्हणून कोणी असतो आणि त्याचं काही विशेष कर्तृत्व असतं, याची तेव्हा जाणीव नव्हती.

आणखी एक पुस्तक म्हणजे हातीमताई.

काय पुस्तक होतं, हे सांगता येणार नाही आज; पण त्यात खोल उतरलो होतो, हे आठवतं.

'शिपायी' ही कादंबरी – तिच्यात रेखाटनं होती आणि रानडुकरांच्या शिकारीचं वर्णन होतं. ही कादंबरी ना.वि. कुलकर्णी यांची – हे पुढं किती तरी वर्षांनी ना. विं.ची मुलं कऱ्हाडशेजारच्या सुर्ली या लहानशा खेड्यात भेटली, तेव्हा कळलं. 'माझी जमीन' हे नाटक कुणाचं; आठवत नाही. पण एका शेतकऱ्याची जमीन कर्जापोटी गेली, त्यामुळे त्याच्या मनाचा झालेला तडफडाट त्यात होता. सूडही होता. 'ठकसेन राजपुत्राच्या गोष्टी' यातलं काही सांगता येणार नाही. 'मर्दानी सौंदर्य'

हेही भाषांतरच. 'अलमा ऑफ दि साऊथ सी,' या इंग्रजी पुस्तकाचं.

'सुखाचा मूलमंत्र', 'इनामदारांचा बाळू'.

बाळूचं खेळणं म्हणजे नोकरानं चेंडू फेकायचा, झेलायचा; बाळूनं नुसतं बघून टाळ्या वाजवायच्या.

'सुखाचा मूलमंत्र' वाचून काही दिवस व्यायाम करावासा वाटला होता.

लेखक नारायण हरि आपटे यांचं नाव माहीत झालं होतं. कारण आम्ही या काळात किन्हई गावी होतो आणि कोरेगाव हे नारायण हरींचं गाव अगदी नजीक होतं.

शिवाय एक खादीचे कापड घालणारे, भव्य मिशा असलेले, बी.ए.टी.म. हे मास्तर पुढे मिडल स्कूलमध्ये होते. त्यांनी बजावलं होतं, "हे बघ, हरि नारायण आपटे आणि नारायण हरि आपटे यात घोटाळा करायचा नाही. लक्षात काय ठेवायचं?"

"हरि – पुणे... दोन अक्षरं.

"नारायण – कोरेगाव... चार अक्षरं.

"कोरेगावचे 'सुखाचा मूलमंत्र' लिहिणारे नारायण हरि आपटे आणि 'उषःकाल' लिहिणारे हरि नारायण पुण्याचे. कळलं? विसरायचं नाही."

कोण कुठले, हे लक्षात राहिलं. पण कुणी काय लिहिलं आहे, याचा घोटाळा होतच राहिला.

'रासेलस' – लेखक, विषय काही आठवत नाही आणि 'वी र ध व ल'.

नाथमाधवांची वीरधवल ही कादंबरी माझ्या मनावर अगदी गडद उमटलेली आहे. कारण वाचनाला क्वचितच लाभलं असतं, असं एखाद्या कुशल कलावंताचं नेपथ्य आणि अतिशय पोषक अशी प्रकाशयोजना... शिवाय गंध, आवाज....

किन्हईला बाळासाहेब पंतप्रतिनिधींचा भव्य असा राजवाडा होता. या तीन मजली राजवाड्यात आम्ही राहत होतो. राजवाडा एवढा प्रशस्त होता की, दिवेलागणीच्या वेळी एकूण एकवीस कंदील जागजागी अडकवावे लागत. वाड्याच्या आतले फरसबंदी चौक एवढे प्रशस्त होते की, एकदा मागचा दरवाजा चुकून उघडा राहिला, तेव्हा त्यातून रात्री आत शिरलेली चुकार गाय, चौकाला चौफेर ठेवलेल्या गटरात पडली. ती वर काढण्यासाठी केवढा तरी आटापिटा करावा लागला.

वाड्याच्या भिंती एवढ्या रुंदीच्या की, त्यातून वरच्या मजल्यावर जाण्यासाठी जिने काढलेले होते. हे जिने दिवसासुद्धा चाचपडत चढावे लागत. ठिकठिकाणी भिंतीत गुप्त पेवं होती, भुयारं होती, चोरखोल्या होत्या. तिसऱ्या मजल्यावर कौलं होती. अंधारे माळे होते. या जागी काळी कलिंदरं वस्ती करून असत. रात्री ती कौलांवरून पळत, तेव्हा पिशाचांचे पाय वाजल्याचा आवाज आल्यासारखे वाटून

काळीज धडधडे.

एवढ्या प्रचंड वाड्यात एखाद्या मोठ्या कणगीत चार-सहा दाणे असावेत, तसे आम्ही राहत असू. रात्र झाली की, नोकरचाकर निघून जात. भयाण वाटे.

आई, वडील, भावंडे पार कुठल्या कुठं मागील दारच्या माजघरात आणि पुढं सदरेला असलेल्या गादी-तक्क्यांशी बसून रात्री उशिरापर्यंत कंदिलाच्या प्रकाशात मी 'वीरधवल' वाचत असे. त्यातली ती 'निशाचरी' पुढं कित्येक वर्षं स्वप्नात येऊन मी मध्यरात्री ओरडत उठत असे.

पुढं मराठी सातव्या इयत्तेत असताना आटपाडी गावच्या भवानी विद्यालयातील ग्रंथालयातून मी काही पुस्तकं वाचली. केशवसुत आणि गोविंदाग्रज यांची कविता, 'माझे रामायण', 'इलिअड' या महाकाव्याचं दोन भागांतलं मराठी भाषांतर. विशेष लक्षात राहिलेलं पुस्तक म्हणजे, 'पश्चिम आघाडीवरील सामसूम' हे सत्यबोध बाळकृष्ण हुदलीकर यांनी केलेलं रेमार्कच्या 'ऑल क्वाएट ऑन द वेस्टर्न फ्रंट'चं अतिशय सुरस भाषांतर. एका पिढीतले तरुण जवान गोळ्यांच्या भडिमारातून जिवानिशी बचावले; पण महायुद्धामुळं त्यांचा सर्वस्वी नाश झाला, हेच सांगण्यासाठी लिहिलेलं. वाचून इतकी वर्षं झाली, तरी वीस वर्षांच्या आसपास वय असलेल्या त्या तरुण जवानांची आठवण मला आहे. कथानायक आणि काट, त्याचा जिवाभावाचा मित्र, रात्री जाऊन लठ्ठ बदक कसं चोरतात... शिकारी कुत्रा काटला धरतो, तेव्हा त्याच्यावर काट रिव्हॉल्व्हर कसं चालवतो... पुढं, मित्रांपैकी एक झोप घेतो, तोवर दुसरा बदक कसं तळतो आणि किती चवीनं ते आघाडीवरच्या धामधुमीत तळलेलं बदक खातात आणि काही भाग मित्रांसाठी शिल्लक ठेवतात... हे मला चांगलं आठवतं.

'पश्चिम आघाडीवरील सामसूम' हे एक, मला त्या काळी विलक्षण प्रभावी वाटलेलं भाषांतर आणि दुसरं, गॉर्कीच्या गोष्टींचं भाषांतर. मला आता भाषांतरकाराचं नाव आठवत नाही (स.ह. मोडक तर नाही?); पण 'माकार चूद्रा' आणि 'चिमट्याची भानगड' या गोष्टी मला आठवतात.

बायबल ग्रंथाचं वाचन चाललं आहे. माझ्या गावी जसं मारुतीच्या देवळात श्रीधर कवींच्या पोथ्यांचं चालायचं, तसं. श्रोते भाविकपणानं ऐकताहेत; पण या सर्व श्रोतेगणांत दोन नग आहेत, त्यांचं लक्ष मात्र बायबलच्या पोथीला लावलेल्या चांदीच्या चिमट्यांकडे आहे. हे चिमटे जर चोरले, तर त्या बदली काय येईल, याचाच विचार त्यांच्या मनात चालू आहे, अशी काहीशी ही गोष्ट आहे.

हायस्कूलमध्ये शिकत असताना सुट्टीच्या काळात मी कोल्हापूरला माझे बंधू ग.दि. माडगूळकर यांच्याकडे येऊन राही. आणि एक लायब्ररी पुरी होत नाही, म्हणून तीन-तीन लायब्ररींची वर्गणी भरून मेंबर होई. रोज तीन-तीन पुस्तकं वाची.

श्री. म. माटे यांच्या कथा याच काळात माझ्या वाचनात आल्या असाव्यात. 'सगाजी बोवा', 'अस्पृष्टाच्या डायरीतील पानं', 'शेवंतीचा खराटा' या कथा वाचून मी भारावून गेलो. जाती-जमातीतचा केवढा तरी विशाल पट माट्यांनी रंगवला आहे. आता मला थोडं-फार इंग्रजीही वाचता येऊ लागलं आहे. साध्या लायब्ऱ्यांतून इंग्रजी पुस्तकं मिळत नसत, पण कोल्हापूर नगर वाचन मंदिरातून मिळत.

जॉन स्टाईनबेकची 'रेड पोनी' ही सुंदर गोष्ट इथं वाचल्याचं माझ्या आठवणीत आहे.

पुढे विसाव्या वर्षी मी मुंबईला आलो. गंगाधर गाडगीळांचा व माझा परिचय झाला आणि त्यांनी सुचवलं, म्हणून मी गॉर्कीचं 'चाइल्डहूड' हे पुस्तक, स्टाइनबेकचं 'ग्रेप्स ऑफ राथ', लियाम ओ फ्लॅहर्टी या आयरिश लेखकांच्या सुंदर प्राणिकथा वाचल्या.

सेहेचाळीस साली मीही लिहू लागलो आणि हळूहळू वाचनातला निखळ आनंद संपून गेला. कशासाठी तरी वाचन होऊ लागलं. वाचनातल्या आनंदासाठी वाचणं संपून गेलं. आकडे माहीत असणं; गुणाकार, भागाकार, बेरीज, वजाबाकी येणं याचा उपयोग जसा व्यवहारातील हिशेब ठेवण्यासाठीच आपण करतो; तसा शब्द वाचता येण्याचाही करतो, असं वाटू लागलं.

वीर सावरकरांचे 'काळे पाणी' आणि 'जन्मठेप'... किन्हईच्या राजवाड्यातले ते वातावरण काही आता मिळणार नाही. ते सुंदर वय आणि ते स्वच्छ डोहासारखं मनही आता राहिलं नसणार. तरीही पुन्हा एकदा हे ग्रंथ वाचावेत. अगदी पहाटेसारखा किंवा वसंत ऋतूसारखा आपल्या आताच्या जीवनावर त्याचा परिणाम झाला नाही, तरी तो अंशत: स्वागतार्ह तरी खचितच असेल.

ही पुस्तकं वाचून आपण एक तपास घ्यावा की, यांतील कोणत्या पुस्तकामुळं आपल्या जीवनात नव्या कालखंडाला प्रारंभ झाला आहे? का आपण कोरेच राहिलो?

वाचनानं असा परिणाम काहींच्यावर होतो, हे सर्वकालीन सत्य आहे. अलीकडच्या काळातले धर्मानंद कोसंबी आपल्याला माहीतच आहेत. वयाच्या बाराव्या वर्षी त्यांनी महात्मा बुद्धांचं लहानसं चरित्र वाचलं आणि त्यांच्या जीवनात नव्या भव्य कालखंडाला प्रारंभ झाला!

उभ्या जिंदगीच्या अपेक्षाच या लहान पुस्तकाच्या वाचनानं निर्माण नव्हत्या का केल्या?

आणखी एक आनंद देणारं वाचन म्हणजे निसर्गवाचन. याच्यासाठी पायांनी चालावं लागतं. डोळ्यांप्रमाणे नाकाचा, कानांचाही उपयोग करावा लागतो.

अगदी परवाची म्हणजे वीस तारखेची गोष्ट. भाजीचं बी टाकायचं होतं, म्हणून मी सकाळी साडेसहा वाजता घरून निघालो आणि सात वाजता शेतावर पोहोचलो. सुरेख हवा होती. प्रसन्न सकाळ होती. मनात आलं, दुपारपर्यंत बी सहज टाकून होईल. हे काम थोडं लांबणीवर टाकून आता आपण हिंडून येऊ. झोपडीमागच्या टेकडीवर चढून पठाराच्या कडेकडेनं चालायला लागलो.

हवेत छान गारवा होता. माठातल्या पाण्याला असतो तसा. पठारावरच्या शेतांच्या बांधावर लहान-लहान झुडपं होती – बोरीची, बाभळीची, हिवराची, करवंदीची.

हिवराच्या खोडाची साल कुणी हुन्नरी माणसानं काढून नेली होती. कुणाची तरी साल काढायची आणि स्वत: नशा करून धुंद व्हायचं, असा नाद काही माणसांना असतो; तशा माणसांतला हा असावा. चोरून हातभट्टीची दारू गाळणाऱ्यांना हिवराची साल उपयोगी असते.

हा धंदा तेराव्या शतकात संत-महंतांच्याही कानांवर आला असावा. कारण, हिवर झाडाच्या सावलीला झोपलेल्याचाही हा दारूडा आहे, असा संशय लोक घेतात, असा उल्लेख संतवाङ्मयात आहे.

काही बोरीच्या झुडुपांत गवताच्या पात्याची भेंडोळी दिसली. ही पाखरांची घरटी होती. कोणत्या बरं पाखरांची? जुनी, ओसाड वाटली. विणीचा हंगाम सोडला, तर पाखरं घराचा आसरा घेत नाहीत. उघड्यावर बसतात, खेळतात, भांडतात, झोपतात.

आजूबाजूचा मुलूख आणि घरट्याचा आकार बघून वाटलं, ही घरटी बहुधा मुनिया चिमण्यांची असावीत. खालच्या माळरानात त्यांचे थवे भरारताना मी पाहिले होते. इथं पठारावरही त्यांचा एक लहानसा थवा गवताचं बी टिपताना दिसला.

पुढं गेल्यावर निंबाऱ्याच्या फांदीवर बसून शिकार हेरणारा, कबुतराच्या आकाराचा शिक्राही दिसला. माझी चाहूल लागताच तो उडाला आणि मुनियांचा थवा त्याच्या भीतीनं उधळला. याच्या झडपेपासून संरक्षण मिळावं म्हणून मुनियांनी काटेरी बोराटीत घरटी केली होती. आता जून येताच पुन्हा याच पठारावरून चक्कर टाकावी आणि ही घरटी मुनियांचीच का, याचा तपास घ्यावा, असं मनात आलं. विणीच्या हंगामात घरटी नांदती असणार.

पठाराच्या कोरेवरून जात होतो. दृष्टी माळरानावर होती आणि टेकडीच्या उतारावरही होती. मध्येच एक फोकारा आणि त्याच्या शेंड्याला पिवळ्या कळ्या, मोठी फुलं दिसली. अरे, पिवळा शाल्मली तर नाही हा?

दुर्बीण डोळ्यांना लावून पाहिलं, तर तोच. हा दिसणं हा लाभच. एकच प्रचंड

वृक्ष कात्रजघाटात दिसतो. इथं आपल्या रानाशेजारी कधी हा दृष्टीला पडेल, असं वाटलं नव्हतं. अगदी लहान वयाचा होता. मनात आलं, हा कुऱ्हाडी घालून वाचेल का?

याचं महत्त्व इथं कुणाला वाटणार? केव्हा ना केव्हा हा शेतकऱ्याच्या चुलीत जाणारच.

अरे, माझ्या रानात का नाही जन्मलास?

माणसानं एखादं महावृक्षाच्या जातीतलं झाड लावलं, जोपासलं; तर त्यानं आयुष्यात केलेल्या कोणत्याही बऱ्या किंवा वाईट कृत्यापेक्षा ते अधिक दीर्घकाळ राहतं.

आणखी पुढं गेलो, तसा शिंगवाला घुबड उडाला. मला दिसला नाही; त्या अर्थी, दरडीला कपारीखाली बसला असावा. हा माझ्या रानाच्या दिशेनं उडाला आणि हिरव्या झाडीत दिसेनासा झाला.

हा आता आपल्या जातभाईसकट इथल्या रानातून नाहीसाच झाला असावा, असा माझा समज होता. कारण, शेतात रात्री वस्तीला राहूनही याचे घूत्कार मी कधी ऐकलेले नव्हते आणि माझ्या रानात अतोनात खारी अन् उंदीरही झाले होते. उंदरांची किती बिळं दिसावीत? घुबडाची गस्त असती, तर इतकी उंदरं कशी झाली असती? याला बघून मला बरं वाटलं. मनात म्हटलं, 'मे द ट्राइब बी इनक्रीज्ड!'

मी दक्षिण दिशेनं चाललो होतो. उजव्या बाजूला मोठं विस्तीर्ण पठार होतं. पिवळं झालेलं गवत, बाभळ, बोराटी, हिवर, रुई, लिंब, कुठं एखादा आंबा, काळ्या-तांबड्या शेतजमिनीचे पट्टे. माणूसकाणूस, गुरंढोरं – काही नाही. सुम्म शांतता.

दक्षिण दिशेनं बराच चाललो. दूरवर सिंहगड, दूरदर्शनचा ट्रान्समीटर दिसत होता.

चला, आता खाली उतरू म्हणून उतरू लागलो आणि अगदी पायातून दोनच लावे पक्षी उडाले. यांचीही वस्ती माझ्या रानाच्या आसपास होती. विणीच्या काळात यांचीही अंडी-पिल्ली शोधली पाहिजेत, असा विचार मनात आला.

खाली, शेतजमिनीत आलो. गवत कापून त्याची रचलेली गंजी दिसली. आसपास तांबडे होले, जंगली सातभाई चरत होते. सगळ्या पठारावर उदंड गवत पिकत असलं पाहिजे.

झोपडीच्या दिशेनं चालू लागलो. बाभळीच्या फांदीला बाया सुग्रणीची लोंबती घरटी दिसली – एक, दोन, तीन. जवळपास पाणी नाही; मग इथं घरटी का बरं? सुग्रण पक्ष्यांतले फक्त नरच घरटी विणतात. एक-एक नर दोन-दोन, तीन-तीन घरटी विणायला घेतो. थवाच्या थवा गात-गात हे घरबांधणीचं काम करत असतो.

घरं पुरी झाली की, आपापल्या घरापाशी बसून माद्यांची नर वाट बघतात. माद्यांचा थवा येतो, त्या घरं तपासतात. पसंत पडली, तरच त्या नराबरोबर संसार करतात.

ही तिन्हीही घरं अर्धवट विणलेलीच दिसली. एकाच नराचं काम असावं. कुणी माद्यांनी ही घरं पसंत केली नाहीत, म्हणून ओसाडच राहिलीत.

पूर्वेकडे सूर्य वर आला होता. बाभळीची फांदी, लोंबणारं घरटं, खाली सुरेख छायाप्रकाश होता.

सव्वानऊ वाजले होते. परत फिरवं, म्हणून निघालो आणि एका तांबड्या शाल्मलीनं अडवलं. छान फुलला होता. त्याच्या मधानं भरलेल्या फुलांतला रस प्यायला पाखरांची गर्दी उसळली होती. मैना, ब्राह्मणी मैना, फुलचुख्या बुलबुल! पाखरं पीत होती आणि गात होती. गात होती आणि या फांदीवरून त्या फांदीवर झेपावत होती. बांधाला पाठ लावून मी बसलो आणि या शाल्मलीचंही रेखाटन केलं. का? वाटलं, करावं म्हणून! निघालो.

जाता-जाता डावीकडे टेकडीच्या उतारावर हिरव्या झाडावर दोन पक्षी येऊन बसले. अरे, हे ग्रीन पिजन – हरेल तर नव्हेत? हरेल या दिवसांत आणि या भागात?

या पाखरांचे पाय कधीच जमिनीला लागत नाहीत. पाणीसुद्धा उडता-उडता पितात. दिसायला राघूसारखे हिरवे-पिवळे, पण असायला पारव्याच्या चणीचे. वडफळं पिकली, म्हणजे हे त्यांवर गर्दी करतात. हे हरेल जोडपं बहुधा वाट चुकून इकडं आलं असावं. मला ते सारखं बुजत होतं. हरेल तसे बुजरेच असतात. दोन-तीन वेळा या झाडावरून त्या झाडावर करत-करत दोघं दिसेनाशी झाली.

तरतरीत मनानं मी झोपडीत आलो. पाणी प्यायलो आणि जांभळीच्या सावलीत उताणा पसरलो. चार-पाच मैल चालणं झालं असावं. आपल्या रानाभोवती एवढे शेजारी आहेत, याची जाणीव मला आजवर नव्हती. समाधान वाटलं.

पुण्यासारख्या मोठ्या शहरापासून बारा किलोमीटरवर तीन तास हिंडलं, तर एवढा निसर्ग वाचता येतो. मग एखादं तळं, नदीचा लांबलचक काठ, अरण्य, डोंगरदरी, समुद्रकिनारा... किती वाचायला मिळेल? ग्रंथवाचनातला निखळ आनंद सोळाव्या-विसाव्या वर्षानंतर संपून जातो, पण निसर्गवाचनातला आनंद कधीच संपत नाही.

■

आकाशवाणीत साप १४

भल्या सकाळी फोन वाजला. पाच वाजले असावेत. इतक्या लवकर फोन खणाणला की, बहुधा काही तरी उदास करणारी बातमी असते.

मी धडपडत उठलो. दिवे लावले आणि हॉलमध्ये येऊन फोन घेतला.

"हॅलो!"

"गुड मॉर्निंग, सर!"

"गुड मॉर्निंग!"

"सकाळी आपल्याला त्रास दिला, माफ करा. मी ड्यूटी ऑफिसर शिंदे आकाशवाणीतून बोलतोय. सर, इथं भला मोठा साप निघालाय. घाबरून गेलेत सगळे. एअरकंडिशन प्लॅन्ट सुरू करायला इंजिनिअर माणूस तयार नाही. कारण साप तिथंच आहे. सर, तुम्ही बंदूक घेऊन आलात आणि साप मारलात, तरच आज स्टेशन सुरू होईल वेळेवर."

"शिंदे, तुम्ही साप स्वत: पाहिलात का?"

"होय, सर."

"कसला आहे – विषारी, बिनविषारी?"

"मला त्यातलं काही कळत नाही, पण मोठ्ठा आहे.

प्लॅन्टच्या खाली बसलाय आता.''

''केंद्राधिकाऱ्यांना फोन केलात?''

''हो. त्यांनीही सांगितलं की, तुम्हाला फोन करा, म्हणून.''

''आणि स्टेशन इंजिनिअर?''

''तेही तसंच म्हणाले.''

''बरं, मग?''

''मी गाडी पाठवतो, सर. आपण बंदूक घेऊन या.''

खरं तर मी कार्यक्रम-अधिकारी होतो. कार्यक्रमाची आखणी करणं, विषय ठरवणं, वक्त्यांची निवड करणं, भाषण ध्वनिमुद्रित करणं, वक्त्यांशी संबंध ठेवणं, शहरात आणि बाहेर घडणाऱ्या सांस्कृतिक घडामोडींची दखल घेणं, हे माझं काम होतं. पण आकाशवाणीत साप, वाघ, चोर शिरला; तर त्याचा बंदोबस्त करणं, हे काही माझं काम नव्हतं. पण विस्तारानं बेतबात असलेल्या पुणे केंद्रावर माझे छंदही इतर सहकाऱ्यांना माहीत होते.

एकवार खाली तळमजल्यावर रेकॉर्डरूममध्ये काम करणारा एक प्यून मधल्या सुट्टीत माझ्याकडं आला. अदबीनं टेबलासमोर उभा राहून म्हणाला, ''सर, तुम्हाला आवडावी, अशी वस्तू मिळालीय. ती घेऊन आलोय.''

असं म्हणून त्यानं आपल्या खाकी डंग्रीच्या खिशातून वस्तू काढली आणि माझ्यापुढं टेबलावर ठेवली. चारी पाय, मान कवचाखाली दडवलेलं हे एक तळहातापेक्षाही लहान अशा आकाराचं, नदीतलं कासव होतं.

मी मोठ्या हर्षभरानं त्याची ही भेट स्वीकारली.

एका प्यूनला माझी ही माहिती होती, मग ड्यूटी ऑफिसर शिंदेला ती किती तरी पटीनं अधिक असणारच.

काही मिनिटांतच गाडी घेऊन ड्रायव्हर पोहोचला.

माझी दुनळी बंदूक आणि चार नंबरची दोन काडतुसं घेऊन मी आकाशवाणीवर गेलो.

माझ्याशी 'ऑन बिहाफ ऑफ प्रेसिडेंट ऑफ इंडिया,' म्हणून आकाशवाणीनं जे कॉन्ट्रॅक्ट केलेलं होतं, त्यात 'ॲज ॲन्ड व्हेन रिक्वायर्ड,' असे शब्द का घातले आहेत, हे मला कळलं.

पुणे आकाशवाणी नुकतीच सेंट्रल बिल्डिंगमधल्या अपुऱ्या जागेतला संसार आवरून शिवाजीनगरच्या पार्शी बॉइज होस्टेल या पुराण्या जागेत भाडेकरू म्हणून आली होती. या पुराण्या कॉलोनियल स्टाईलच्या इमारतीभोवती बरंच मोकळं आवार होतं. झाडाझुडपांची दाटी होती. बाग होती. पाण्याचे हौद होते. इथं-तिथं चिक्कार गवत होतं. बिळं, सांदी, खाचा – असली दडणंही होती.

रानात हिंडणाऱ्या चौकस माणसाला सापाची राहण्याची जागा ठोकपणे सांगता येते. काही दिवसांमागं आमचे वनवासी मित्र मारुतराव चितमपल्ली आणि मी एका दिवसाच्या मुक्कामासाठी सिंहगडावर गेलो होतो. संध्याकाळी राजाराम-महाराजांच्या समाधीकडं फिरत असताना जुन्या ओसाड घराशेजारी अगदी एका बाजूला गवत, झुडपं या गर्दीत फार जुनं असं उंबराचं झाड दिसलं. झाडाचा बुंधा, मुळ्या, ढोली आणि निर्मनुष्य सुम्म वातावरण पाहून मी म्हणालो, "मारुतराव, हा उंबर पाहिलात? इथं सापाची वस्ती असावी."

मारुतरावांनी मधुमलाई जंगलात जंगल खात्यातर्फे झालेला एक महत्त्वाचा कोर्स पार पाडलेला होता. या शिक्षणात सापासंबंधीचं शिक्षण द्यायला प्रसिद्ध सर्पतज्ज्ञ रोम्युलस व्हिटाकेर (ROMULUS WHITAKER) आले होते. जंगल अधिकाऱ्यांना बरोबर घेऊन ते रानात हिंडले आणि सापाच्या राहत्या जागा त्यांनी दाखवल्या. सोबत आणलेल्या हत्याराचा उपयोग करून ते झाडाच्या ढोली, बिळं, खाची यातून भस्सकन साप ओढून बाहेर काढीत.

उंबराचं झाड बघून मारुतराव म्हणाले, "हो-हो, ही जागा आहेच सापाची."

साप पकडायची चलाखी आता आमच्यापैकी कोणातच राहिलेली नव्हती.

जास्ती तपास आम्ही घेतला नाही.

आकाशवाणीची जुनी कौलारू इमारत, झाडाझुडपांची गर्दी, गवत हे सगळं जमेला धरलं; तर इथं नाग, धामण, गवत्या साप, रेसर असण्याची शक्यता होती आणि नाग असेल, तर भीती रास्त होती.

मला बंदूक घेऊन गाडीतून उतरलेला बघताच ड्यूटी-ऑफिसर, इंजिनिअर, प्यून, रखवालदार, अनाऊन्सर आणि बघे माझ्याभोवती गोळा झाले.

आता काही तरी चमचमीत बघायला मिळणार, असं सर्वांनाच वाटत असावं.

"चला बरं, दाखवा मला – कुठं आहे साप, ते."

स्टुडिओच्या मागं, पाठभिंतीला लागून एअरकंडिशनिंगचा प्लॅन्ट होता. हा सुरू केला की, स्टुडिओ सुरू होणार, स्टुडिओ सुरू झाले की, कार्यक्रम सुरू होणार. हे सगळं सकाळी पाच-पंचावन्नला झालंच पाहिजे.

शिंदेंनी प्लॅन्टच्या खाली बोट दाखवून सांगितलं, "खाली शिरलाय प्लॅन्टच्या."

मी गवतात बसलो आणि वाकून प्लॅन्टखाली पाहिलं. दीड-एक फूट तरी फट होती. खाली सावली होतीच. नीट दिसायला काही वेळ डोळे किलकिले करून बघावं लागलं. एरंडाच्या खोडासारखा साप आडवा पसरलेला दिसला.

"शिंदे, ही धामण आहे. बिनविषारी...."

"फुसकारतोय सर – नाग आहे, नाग!"

"मी सांगतो तुम्हाला, धामण आहे. तिनं उंदीर गिळलाय. तुम्ही इंजिनिअरला

सांगा की, प्लॅन्ट सुरू करा. उंदीर पचवला की, ही आपोआप निघून जाईल.''

''नाही सर, तुम्ही आधी साप मारा... त्याशिवाय आज स्टेशन सुरू नाही व्हायचं.''

''हे पाहा, मी इथं बंदूक भरून उभा आहे. नाग बाहेर आला, तर मारतो. इंजिनिअरनं प्लॅन्ट सुरू करायला काय अडचण आहे?''

''नाही सर, साप मारल्याशिवाय तो इकडं फिरकायला तयार नाही.''

जिम कॉर्बेट म्हणतो, भारतात प्रत्येक वर्षी वीस हजार लोक सर्पदंशानं मरतात. (हा आकडा १९५३चा आहे.) मला वाटतं, यापैकी अर्धेच सर्पाच्या विषानं मरतात. बाकी मरतात ते धक्का बसून, भीतीनं किंवा या दोन्हींचाही एकत्रित परिणाम होऊन. त्यांना चावलेला साप विषारी नसतोच. कित्येक हजार वर्षं सापाच्या संगतीत राहिलेल्या भारतीय माणसाला सापाविषयी किती कमी माहिती असते!

पुढं कॉर्बेटसाहेबानं सापाच्या फरकाट्यावरून तो विषारी आहे का बिनविषारी, हे कसं ओळखता येतं, हे सांगितलं आहे. नागराज हा विषारी साप आणि अजगर हा बिनविषारी साप हे दोन अपवाद वगळले; तर फरकाट्यावरून साप कोणता आहे, हे ओळखता येते. विषारी साप आपलं भक्ष्य पकडण्यासाठी एक तर दबून वाट पाहत राहतात किंवा दडून राहतात. त्यांना गती आवश्यक नसते. ते हलतात, तेव्हा त्यांना नागमोडी जावं लागतं. फुरसं किंवा मण्यार जमिनीवरून जाताना जर पाहिलं; तर रेतीवर, वाळूवर आखूड असे वक्र फरकाटे उठलेले दिसतात. असा मार्ग आढळला की, तो विषारी सापाचा, हे नक्की समजावं. बिनविषारी सापाला वेगानं जावं लागतं, ते निसटून जाण्यासाठी. असा तो गेला की, फरकाटा किंवा माग सरळ रेषेतच दिसतो. मागावरून जाडीचा अंदाज करायचा, तर फरकाट्याची रुंदी अनेक ठिकाणी मोजावी आणि सरासरी रुंदी जी असेल, तिच्या चौपट रुंदी समजावी.

सकाळी दहा वाजता येणारे साहेबलोक सोडले, तर आकाशवाणीत काम करणाऱ्या शंभरापेक्षा अधिक सेवकवर्गापैकी बरेच आता जमा झाले होते आणि त्या सर्वांची उत्सुकता, अपेक्षा यांचं दडपण माझ्यावर आलं होतं. बंदूक चालवणाऱ्या एका साहेबाचा पराक्रम त्यांना पाहायचा होता.

शेतकऱ्यांची उपकारकर्ती अशी बापडी धामीण पोटातल्या भक्ष्याच्या ओझ्यामुळं सुस्त होऊन एका जागी पसरली होती. तिला एवढ्या पायांनी हादरणाऱ्या जमिनीवरचा कंप जाणवला असणारच; पण प्लॅन्टखाली अंधार होता, अडचण होती. तिथं तिला सुरक्षित वाटत असावं.

गाडी पाठवून तातडीनं आणवलेले साहेब हातात बंदूक घेऊन नुसतेच उभे राहिलेले लोकांना बघवेनात. कुणी डोळ्यांनी, तर कुणी हाताच्या इशाऱ्यांनी, तर

कुणी शब्दांनी मला सुचवत राहिले, 'साहेब, साप मारा.'

इतक्या जणांची भीड मी कशी डावलणार?

स्टेशन सुरू करण्याची वेळ कशी डावलणार?

अखेर, फार अनिच्छेनं मी चार नंबरचं काडतूस बंदुकीच्या उजव्या नळीत घातलं. खाली बसलो. सेफ्टिकॅच पुढं सारला आणि ट्रिगर ओढला.

धाडकन बार झाला... धामीण काही क्षण वळवळली... शांत झाली.

मग रखवालदारानं प्लॅन्टखाली काठी घालून ढकलत-ढकलत तिला बाहेर काढली. जमावानं ती पुन:पुन्हा पाहिली. बंदुकीतलं काडतुसाचं टरफल मी काढून टाकलं. काही मिनिटांतच आकाशवाणी पुणे केंद्र 'एअर'वर गेलं.

या घटनेनंतर 'आकाशवाणीत साप,' हा एक जोक सांगितला जाऊ लागला. ड्यूटी-ऑफिसरनं फोनवरून ही बातमी महत्त्वाच्या लोकांना सांगताच कुणाकुणाच्या काय, काय प्रतिक्रिया होतात?

एक फोन जुन्या निवृत्त डायरेक्टर जनरलना.

यांचं काहीही काम असलं की, ते हे पुणे केंद्राच्या प्रमुखाकडून करवून घ्यायचे. त्यांना फोन.

"सर, गुड मॉर्निंग!"

"हं, व्हॉट इज गुड अबाऊट धिस मॉर्निंग? वेल, व्हॉट इज द न्यूज?"

"सर, आकाशवाणीत साप निघालाय."

"साप? हं, मग आम्ही कशाला बसलोय इथं?"

आता फोन स्टेशन-डायरेक्टरना.

"सर, मी ड्यूटी-ऑफिसर बोलतोय. आकाशवाणीत साप निघालाय."

"ऑडिशन घ्या, पास झाला, तर पुढं कार्यक्रम."

स्टेशन इंजिनिअरला फोन.

"सर, आकाशवाणीत साप निघालाय!"

"सिक्युरिटी ऑफिसरला कळवा."

कार्यक्रम अधिकाऱ्याला फोन.

"सर, मी ड्यूटी-ऑफिसर शिंदे. आकाशवाणीत साप निघालाय."

"नीट पाहिलंत का? रंग कोणता आहे? सल्लागार-समितीचा मेंबर असेल!"

मुलांचा कार्यक्रम करणाऱ्या ताईंना फोन.

"ताई, मी शिंदे. आकाशवाणीत साप निघालाय."

"अय्या, साप? मला बघायचाय!"

■

सकाळी उठोनी...

१५

जानेवारी महिना सरत आला आहे. थंडीचा कडाका आता ओसरला आहे, पण हवाहवासा वाटणारा गारठा हवेत आहे. तुफान रहदारीचा ताप चुकवावा, म्हणून मी सकाळी लवकर उठलो. अजून पुरतं उजाडलं नव्हतं. अंधार रेंगाळत होता. रानात उपयोगी असा निळा पोशाख चढवला. हंटर बूट घातले. टोपी घेतली. असावी, म्हणून दुनळी बंदूक आणि छऱ्यांची चार काडतुसं घेतली. गरम चहा प्यायलो आणि शेतावर जायला निघालो.

रस्ता तसा रिकामाच होता. वाहनं अगदी तुरळक होती. पंचवीस मिनिटांत पोहोचलो. झाडाच्या सावलीत वाहन लावलं आणि बंदूक पाठीला लावून रानातली चढाची पायवाट तुडवीत चढावरच्या रानात आलो.

आता पहिली गोष्ट म्हणजे, सबंध रानाला एक संपूर्ण वेढा घालायचा. झाडंझुडं सुखरूप असल्याचं बघायचं.

बांधावरच्या आंब्यांना कुठं कुठं मोहर फुटला होता. शेवग्यांनाही मोहर आला होता. त्याच्यावर फुलचुक्या भिरभिरत होत्या. बुलबुल बोलत होते. सुरेख सकाळ होती. कोवळी उन्हं आली आणि समोरच्या टेकडीच्या उतारावर चरणारे

चित्तूर पक्षी शीळ घालू लागले.

क्षणभर रानात उभं राहून मी खिशातली दोन काडतुसं काढली आणि बंदुकीत भरली.

एकवार सकाळी-सकाळी असा हिंडताना अगदी समोर दहा-बारा यार्डांवर, पाण्याच्या पाटापलीकडे मला ससा दिसला होता. कशाला बुजला होता, कोण जाणे; पण टेकडीवरून धावत तो आला. माझ्यासमोर थोडा गोंधळला आणि उड्या घेत खाली पेरूच्या बागेतून उसाच्या उभ्या पिकात नाहीसाही झाला. माझी बंदूक पाठीशीच राहिली. छर्रे खिशातच राहिले. केवळ चकित होऊन मी पाहत राहिलो. असा समोर ससा दिसेल, असं कधी वाटलंच नव्हतं.

आणखी एकवार डाळिंबाची झाडं पाहत मी सकाळी हिंडत असताना बांधावरच्या गवतातून कोंबडीएवढा मोठा चित्तूर भर्रकन उडाला होता. आताही काही दिसलं असतं तर मी बार केला असता, असं नाही. पण, अरेरे, आपण तयारीत नव्हतो, ही चुटपुट लागली नसती. बंदूक भरून, हाती आडवी धरून सावकाश जात राहिलो. आज दोन कामं उरकायची होती. डाळिंबाच्या झाडांना खतं द्यायची होती. कलमी आंब्यांच्या रोपांनाही खतं द्यायची होती. हा थोडा खटाटोपच होता. खताचं दुकान गावात, दोन किलोमीटर अंतरावर होतं. दुकान उघडायची वेळ साडेदहाची होती. तीन जातीची तीन पोती खतं घ्यायची. डिकीत टाकायची. मावली नाहीत, तर डिकीच्या टोपणाचं हँडल आणि मडगार्ड दोरीनं बांधायचं. पोती आणून खाली टाकायची आणि ती खराब गाडीरस्त्यानं शेतापर्यंत आणण्यासाठी शेजाऱ्यापाजाऱ्याचा छकडा बघायचा. पोती वर आणायची, खतं मिसळायची आणि प्रमाणात प्रत्येक झाडाला द्यायची.

एवढं करेपर्यंत जेवणवेळ होणारच. मग घराकडं परतायचं. केळींना नुकतंच पाणी दिलेलं दिसत होतं. आळी ओली होती. एका आळ्यात पक्ष्यांची बोटं स्वच्छ उमटलेली दिसली. पुढं तीन, मागं एक. मोठी बोटं. कुणाची बरं ही? बहुतेक चित्तुराची. ताजी दिसतात. म्हणजे, काल संध्याकाळी पाच वाजल्यानंतर पाणी दिलं असावं; आणि पाणी देऊन गडी खाली झोपडीकडे गेल्यावर निर्वेधपणे केळीच्या आळ्यातून चित्तूर हिंडला असावा. पायांचे ठसे सरळ रेघेत होते, म्हणजे एकत्र दोन किंवा तीन नाहीत. ह्याला भिजवलेल्या बागेत काय बरं मिळालं असेल? धान्यदाणे इथं नाहीतच. वाळवी? भुंगरे? खरपुडे? टोळ? गवळणी?

किती प्रकारचे किडे जमिनीवर असतात. त्यांपैकी चित्तूर कोणते चवीनं खात असेल? खरं म्हणजे कोंबडी किंवा तलंग खाते, ते सगळं हाही खात असावा.

कोण पक्षी का खातो, कोण प्राणी काय खातो, याविषयी आपल्या काही समजुती असतात; पण खाण्यापिण्यात फार नखरे कोणीच करत नाही. भूक

भागल्याशी कारण. वाघ खेकडे खातो. वाघाच्या विष्ठेत खेकड्यांची कवचं सापडली आहेत. आपली समजूत आहे की, रानडुकरं शाकाहारी आहेत. नसतात. वाघानं मारलेल्या गव्याच्या पोरांची हाडं फोडताना मी नागझिरा अभयारण्यात डुकरांना पाहिलं आहे. माझ्या मित्राच्या शेतावर पिकलेले द्राक्षघड खायला सोकावलेली एक मुंगसाची जोडी त्यानं पाहिली आहे; आणि सुपारीच्या झाडावर चढून घोरपड सुपाऱ्या कातरायची. म्हणजे, आपद्धर्म म्हणून कोणी काहीही खाल्लं, तरी बुचकळ्यात पडायचं कारण नाही.

वरच्या, म्हणजे टेकडीच्या पायथ्याशी असलेल्या पट्टीत साठ पेरूची झाडे आहेत आणि या गर्दीत दोनच अंजिरं आहेत. अगदीच वेगळ्या जातीत येऊन पडल्यामुळं खरंतर ही दोन झाडं दबायला पाहिजेत; पण नाही, ती जोरदार फोफावली आहेत. त्यांची डोकी सगळ्या पेरूंच्या वर आहेत. एका झाडाशी जाऊन मी पाहिलं, तर फळं लागली होती. दोन फळं अगदी शेंड्याला होती आणि ती पिकली होती. पाखरांच्या नजरेतून ती कशी सुटली होती, कोण जाणे. मी हातातली बंदूक झाडाच्या बुंध्याशी ठेवली आणि हलक्या अंगानं झाडावर चढलो. हात लांबवून दोन्हीही फळं काढली. खाली उतरलो. एकवार मनात आलं की, एखाद-दुसरा दिवस ठेवावीत आणि पिकली, म्हणजे चव बघावी. पण दोनच फळं होती. कशाला ठेवायची आणि कशाला वाट बघायची?

थोडी दोडी होती, तरी खाऊन टाकली.

फार गोड नव्हती, पण बरी लागली.

श्रमाचं फळ दोडं खाल्लं, तरी गोडच लागणार! शिवाय, मी असं वाचलं आहे की, प्राचीन ग्रीक लोक आपली सकाळची न्याहारी अंजीर-फळं खाऊन उरकीत. इतर कोणत्या स्वादात नाही, पण निदान न्याहारीत तरी आपण ग्रीकांची पद्धत का अनुसरू नये? वास्तुशिल्पशास्त्रातील कमान ही आपण ग्रीकांकडूनच नाही का शिकलो?

थंडीच्या दिवसांतलं सुखद ऊन रानात पडलं होतं. मी झोपडीपाशी आलो, तेव्हा माझ्या एरवी बंद असलेल्या लहान फार्महाउसच्या भिंतीवर खारीचं कुटुंब ऊन खात बसलेलं दिसलं.

एकूण पाच खारी आता माझ्या झोपडीत पोटभाडेकरू म्हणून राहत होत्या. यापैकी एक आई व बाकी तिची पोरं असावीत. खारीला एका वेळी दोन किंवा तीन पोरं होतात. यांतली दोन मोठी दिसत होती, दोन लहान होती. म्हणजे, ही प्रजा एका खारीच्या दोन वेतांची असावी.

दिसायला गोंडस असला, तरी माझ्यासारख्या लहान शेतकऱ्याच्या बाबतीत खार हा मोठा उपद्रवी प्राणी आहे. यांनी गेल्या वर्षी माझी वांगी कुरतडली होती. कलिंगडं पोखरली होती. पिकलेली डाळिंबं कोरून खाल्ली होती.

क्षणभर एक दुष्ट विचार मनात आला. मागं असलेल्या बांधावर जावं आणि सात नंबरचा एक छरा टाकून या सगळ्या कुटुंबाची खूण पुसावी.

ऊन खाता-खाता खारी हलत होत्या. शेपट्या उडवीत होत्या. दोन पायांवर बसून, दोन्ही हातांनी तोंड पुशीत होत्या. एकमेकींच्या अंगांवर लोळत होत्या.

उंदीर, चिमण्या, पारवे याप्रमाणं आता पाठीवर तीन पट्टे असलेल्या या खारी माणसाच्या आश्रयाला राहणाऱ्या झाल्या होत्या. पाच पट्टेवाल्या जंगलातल्या आणि या गावातल्या, रानातल्या. नर-मादी एकत्र आली की, नंतर सहा आठवडे जातात. झाडावर गवताचं, धाग्यांचं, पानांचं गबाळं घरटं करून किंवा घराच्या भिंतीत एखादं बरं बीळ बघून खार पोरं घालते. माझ्या झोपडीतल्या माळ्यावर पालथ्या टाकलेल्या, निर्गुडीच्या फोकांनी विणलेल्या मोठ्या हाऱ्याखालीच खारीनं घरटं केलं होतं. झाडापेक्षा तिथं तिला जास्ती सुरक्षित वाटलं असलं पाहिजे.

छर्रा टाकावा, असं वाटलं. कारण माणूसही तसा मुळात शिकारीच आहे. दहा-पंधरा हजार वर्षांमागं जाऊन पाहिलं, तर तो शिकारीच होता. शेती माहीत नव्हती. हा शिकारीपणा अश्मीभूत होऊन त्याच्यात कुठं तरी खोल पुरलेला सापडणारच.

मी वरच्या बांधावर गेलो आणि खारीकडं पाहत उभा राहिलो. छर्रा टाकला नाही.

खार वर्षातून कितीदा पोरं घालते, ही माहिती मला नव्हती. सशासारखी तिची वीण भरमसाट असणार. कारण घुबड, ससाणे, धामिणी, रानमांजर यांना भक्ष्य नको का? क्वचित दृष्टीला पडली असली, ठावठिकाणा माहीत नसला, तरी ही सगळी मंडळी माझ्या रानात होती. खारींची संख्या बेतशीर ठेवण्याचं काम निसर्ग करीत असला पाहिजे. एरवी माझ्या या रानात खारीच खारी दिसल्या असत्या. त्यांनी झाडांचा मोहोर, कोवळे शेंडे, शेंगा, फळं, फळभाज्या, रोपाच्या साली – सगळं खाऊन फस्त नसतं का केलं? ते जागी दिसतं आहे, त्या अर्थी खारी अतोनात नाहीत. मूठभर, फार तर कवळाभर असतील.

असू द्यात.

आता दहा वाजायला आले होते. उतार उतरून मी पुन्हा वाहनापाशी आलो. पांद, ओढा, गावातला रस्ता पार करून दुकानाशी आलो. खताची पोती डिकीत रचली. बांधाबांध केली. पुन्हा पहिल्या ठिकाणी येऊन पोती खाली काढली.

दरम्यान ज्याला छकडा सांगायचा होता, त्या शेतकऱ्यानं आपल्या रानात औत धरलं होतं. तो म्हणाला, ''मी आत्तापर्यंत थांबलो, मग कामाला लागलो. आता संध्याकाळपर्यंत बैल मोकळे नाहीत.''

पन्नास किलोचं पोतं पाठीवर घेऊन, हा सगळा चढ चढून, फर्लांगभर चालून

येणं मला जमण्यासारखं नव्हतं. माझ्याएवढ्याच वयाच्या आणि अंगानं अगदी किरकोळ असलेल्या माझ्या राखणदार गड्यालाही जमण्यासारखं नव्हतं. काय करावं?

गडी म्हणाला, ''मी अर्ध-अर्ध करून आणतो. तुम्ही निवांत राहा.''

म्हणजे, त्याला एकूण सहा खेपा कराव्या लागणार होत्या. पंचवीस किलो वजन पाठीवर घेऊन एक मैलाइतकं अंतर काटावं लागणार होतं.

तो कामाला लागला.

आता ऊन खाणारं खारीचं कुटुंब पांगलं होतं. भिंतीवरून खाली उतरून, दोन बांध ओलांडून तिघींना मी शेवग्याच्या झाडाकडं पळताना पाहिलं. उरलेल्या दोघी कधी, कुठं गेल्या; ते दिसलं नाही.

खाली, आंब्याच्या बांधापलीकडं असलेल्या एकरभर पेरूच्या बागेला आता पाणी देण्याचं काम चाललेलं होतं. माझ्या शेजारी असलेल्या शेतकऱ्याचे गडी पाणी सोडत होते. महिना-दीड महिना ताण सहन केलेल्या पेरूच्या झाडांवरची सगळी पानं गळून गेली होती. नुसते खराटे उभे होते.

तहानलेल्या जमिनीला पाणी पाजण्याचा हा उत्सव हर्षभरित होऊन पाहावा असा होता. थंड पाणी जमिनीवर पसरत होतं. निर्वेधपणानं रानातून हिंडणाऱ्या लहानसान कीटकांची पळापळ होत होती. त्यांना हा प्रलयच होता. त्यांना प्रलय होता आणि पाखरांना अन्नछत्र होतं. बरेच गायबगळे जमा झाले होते. लांब टांगा टाकीत, माना लांबवत पळत होते. किडे मटकावत होते. किती बगळे? एक, चार, आठ, बारा, तेरा. बगळे आणि बऱ्याच परटिणी. शेपट्या खालीवर करीत त्याही तुरतुरत होत्या. मुठीएवढासुद्धा हा जीव नाही, पण चपळ किती!

जिथं जास्त खाद्य, तिथं परटीण पक्ष्यांचा मोठा थवा होता. वीस-बावीस असाव्यात. त्या हद्द सांभाळत होत्या. काही जणी इकडं-तिकडं पांगून खाद्य मटकावीत पळत, उडत होत्या. काही साळुंख्या, काही सातभाई, काही काळे दयाळ आणि त्यांच्या पिंगट तपकिरी घरधनीणी. काही हिरवे मुके राघू. अगदी भाऊगर्दी झाली होती. गढूळ पाणी धावत होतं. पाखरं धावत होती. पर्णहीन झाडं पाण्यात उभी होती आणि कोवळी उन्हं रांगत होती.

पाणी एका कडेपासून दुसऱ्या कडेपर्यंत पोहोचलं. पेरूची बाग भिजवून झाली. पाखरं पांगली. पलीकडे माळरानावर शिळा ऐकू येऊ लागल्या.

सूर्य डोक्यावर आला. कलायलाही लागला.

झोपडीच्या उजव्या बाजूला गडद सावल्या होत्या. गुलमोहर, जांभूळ, रबरप्लॅन्ट, आंबा, चिक्कू यांनी टाकलेल्या या सावल्यांत मी कॅम्पकॉट टाकली आणि आनंदानं पसरलो.

सुन्न शांतता, पाखरांचे आवाज.

डोळा लागला.

गड्याच्या सहा खेपा झाल्या. हलकेच उशाशी येऊन तो म्हणाला, ''झालं, तात्या. खतं घालायची का?''

''आज नको आता, उद्या घालू आणि पाणीही देऊ. तू जा जेवायला.''

आवराआवर करून मी निघालो. भुकेल्या पोटानं आणि प्रसन्न चित्तानं. कमी रहदारीचा रस्ता काटताना मनाशी म्हणालो, 'चला, आजचा दिवस सत्कारणी लागला!'

दुपारचे दोन वाजले होते. रस्ता गुंडाळला जात होता.

विद्यार्थिदशेत पाठ केलेल्या ओळी ओठांवर पुन:पुन्हा येत होत्या –

सकाळी उठोनि देवासी भजावे।
गुरुशी वंदावे, जिवेभावे।।

■

१९९१ साली जॉर्ज ऑर्वेल ह्या ब्रिटिश लेखकाच्या स्फुट लेखनाचे काही संग्रह माझ्या वाचनात आले. ह्या जाडजूड संग्रहात ऑर्वेलची पत्रं, त्यानं वृत्तपत्रांतून केलेलं स्तंभलेखन, पुस्तक-परीक्षणं, स्फुट लेखन, निबंध – असलं लेखन संपादकानं साक्षेपानं एकत्र केलेलं होतं. पैकी काही स्फुट लेखन मला फार आवडलं. आजवर जॉर्ज ऑर्वेल वाचनात होता, तो कादंबरीकार म्हणून. 'ॲनिमल फार्म' आणि 'नाइन्टीन एटीफोर' ह्यापलीकडं त्याचं फारसं वाचलेलं नव्हतं.

हा प्रामाणिक लेखक निसर्गात रमत असे. त्यानं बीबीसीत प्रोड्यूसर म्हणूनही नोकरी केली होती आणि काही उत्तम कार्यक्रम स्वत: लिहून सादर केले होते.

हा ब्रह्मदेशात पोलीस-ऑफिसर होता, हा स्पेनमध्ये चळवळ्या होता आणि त्याच्या गळ्याला बंदुकीची गोळी लागून तो वाचलाही होता.

हा 'भटक्या' म्हणूनही काही काळ जगला होता. शिक्षण वगैरे फारसं घेण्याच्या भानगडीत न पडता हा थेट जगायलाच लागला आणि आलेल्या अनुभवांतून त्यानं फार चांगलं लिहून जगापुढं ठेवलं, हे मला त्याच्या स्फुट लेखनाच्या संग्रहातून कळलं.

ऑर्वेलच्या लेखनातील मला आवडलेल्या सात-आठ निबंधांचा स्वैर अनुवाद केला. आपल्याला प्रभावित करणारं लेखन मराठी वाचकांपर्यंत पोहोचवावं, एवढाच माफक हेतू मनात होता. अनुवादाचं वाचन संभाव्य लेखकाच्या जडण-घडणीत फार मौलिक कार्य करतं, हे मला ठाऊक होतं. गॉर्की आणि रेमार्क यांच्या अनुवादाचं वाचन मला स्वत:ला उपकारक ठरलं आहे. तेव्हा मी हायस्कूलमध्ये शिकत होतो.

जमिनीवरच्या बेडकासंबंधी काही विचार १६

ऋतुराज वसंताची चाहूल लागताच; त्याला पाकोळ्यांआधी, डॅफोडिल फुलांच्याही आधी, बर्फवृष्टीएवढासुद्धा उशीर न करता पहिला सलाम असतो बेडकाचा. वसंत आला, हे त्याला कसं कळतं? गेल्या शरद ऋतूत त्यानं स्वत:ला जमिनीत गाडून घेतलेलं असतं, त्या जागी भोक पाडून तो अकस्मात वर येतो आणि लगेच जवळचं एखादं पाण्याचं डबक जवळ करतो. एकाएकी जमीन शहारते आणि बेडकाला वसंत ऋतूची चाहूल लागते किंवा तापमानातला सूक्ष्म बदल त्याला सांगतो – बापू, आता ऊठ – तरीही काही थोडे जागे होतच नाहीत. जमिनीआत झोपूनच राहतात. कित्येकदा अशा बेडकांना मी भर ग्रीष्मात खणून वर काढलं आहे. हे जिते-जागते आणि तब्येतीनं ठणठणीत असत.

उपास-तपातून बाहेर आलेला बेडूक कसा, चाळीस दिवसांच्या उपासानंतर अँग्लो-कॅथॉलिक आध्यात्मिक दिसतो. त्या काळात त्याच्या हालचाली सुस्त पण हेतुपूर्ण असतात. सगळं शरीर वाळकुंजं आणि डोळे मात्र मोठ्ठे झालेले असतात. ह्याच वेळी नेमकं आपल्या लक्षात येतं की, जगातील इतर कोणत्याही जिवापेक्षा बेडकाचे डोळे अतिशय सुरेख आहेत.

सोन्यासारखे किंवा सोनेरी रंगाच्या खड्यांसारखे, अंगठीत कधी-कधी पिवळसर हिरवा खडा आढळतो, तसे.

जमिनीत गाडून उपाशी-तापाशी राहिलेला बेडूक पाण्यात पडताच ताकद कमावण्यात काही काळ घालवतो. लहानसान कीटक खाऊन मोठाधाटा होतो. उपासाआधीचं अंग पुन्हा धरताच मात्र त्याची कामवासना बळावते. त्याला दुसरं काही सुचतच नाही. नरबेडूक असला, तर त्याला एवढा एकच नाद असतो की, कुणाला तरी दोन्ही हातांनी घट्ट आवळावं. अशा काळात तुम्ही त्याच्यापुढं हाताचं बोट किंवा काठी धरलीत, तरी पटकन् तो कौतुक वाटावं, एवढ्या शक्तीनं घट्ट मिठी मारील आणि बेडूकमादी नाही, काठी आहे किंवा बोट आहे, याचं भान त्याला यायला बराच वेळ लागेल.

अनेक वेळा दहा-वीस बेडूक एकमेकांना मिठ्या मारून पाण्यात आकारहीन ढिगासारखे खाली-वर होताना दिसतात. मिठीत धरलेला नर आहे का मादी आहे, याचं काही भान त्यांना नसतं. हलके-हलके हे भान येतं आणि नर-मादी एकत्र येतात. नर मादीच्या पाठीवर असतो. आता, कोणती मादी आणि कोणता नर, हे कळतं. नर चणीनं लहानगा, सावळा असतो. तो मादीच्या पाठीवर असतो आणि तिच्या मानेभोवती पुढच्या पायांनी त्यानं घट्ट मिठी घातलेली असते.

पुढच्या एक किंवा दोन दिवसात अंडी घातली जातात. अंड्यांच्या लांबच लांब माळा पाण्यावर दिसतात आणि लवकरच दिसेनाशा होतात.

काही आठवडे जातात आणि पाण्यात लहानशा टॅडपोलचे थवे दिसू लागतात. माशाच्या आकाराच्या या जीवांना झपाट्यानं अंगं धरतात. पुढचे पाय, मागचे पाय फुटतात. त्याच्या शेपट्या गळतात आणि उन्हाळ्याच्या मध्यात बेडकांची नवी पिढी तयार होते. अंगठ्याच्या नखाएवढ्या आकाराची ही पिढी पाण्यातून बाहेर येऊन उड्या हाणू लागते.

बेडकाच्या अंडी घालण्याच्या या प्रकाराविषयी मी एवढ्या तपशिलानं लिहिलं, याचं कारण वसंत ऋतूतला हा जननसोहळा पाहून मी चकित होतो. कवींनी चंडोल आणि प्रिमरोजप्रमाणं बेडकांची थोरवी गायिलेली मी कधी ऐकलं नाही. जमिनीवरून सरपटणारे आणि पाण्यात राहणारे काही प्राणी पुष्कळांना आवडत नाहीत. वसंत ऋतूतील आनंद घेण्यासाठी कोणी बेडकांचं निरीक्षण करावं, असं मला सुचवायचं नाही. पण वसंतातला आनंद सर्वांना आपल्या पद्धतीप्रमाणं घेता येतो, इतकंच. त्याला काही पैसे मोजावे लागत नाहीत.

शहराच्या अगदी बकाल वस्तीतसुद्धा वसंत ऋतू आपल्या आगमनाची एखादी खूण दाखवतोच.

लंडनसारख्या शहरात निसर्ग कसा 'जिद्दीनं' नांदत असतो, हे बघून आपण चकित होतो. मी एकवार डिफार्ड गॅसवर्क्सच्या वर केस्ट्रल तरंगताना पाहिला आहे आणि युरोन रोडवर ब्लॅकबर्डचं पहिल्या प्रतीचं गाणं ऐकलेलं आहे. नाही म्हटलं, तरी काही लाख पक्षी तरी या चार मैल त्रिज्येच्या परिसरात असेच राहत असतील आणि ह्यापैकी कोणासही एक दमडीसुद्धा भाडं भरावं लागत नाही, हीही किती आनंददायक बाब आहे!

वसंत ऋतू आला की, सर्वत्र भरून उरतो. बँक ऑफ इंग्लंडच्या सभोवताली जे अरुंद, उदास रस्ते आहेत; तेसुद्धा वगळले जात नाहीत. वसंत सगळे व्यापून टाकतो. आजकाल लोक त्या विषारी वायूसंबंधी बोलतात. तो म्हणे, सगळ्या गाळण्या आणि चाळण्यांना पुरून उरतो; तसा वसंत ऋतू म्हणजे 'चमत्कार'. गेल्या पाच-सहा वर्षांत गुळगुळीत झालेला हा शब्द पुन्हा नव्यानं झळाळू लागला आहे. गेले काही हिवाळे असे गेलेत, एकोणीसशे चाळीसपासून मला असं वाटत राहिलं आहे की, आता हिवाळा हाच मोसम कायम राहणार. पण ग्रीक पुराणातील पर्सीफोन आणि बेडूक नाहीसे होतात अन् पुन्हा जन्म घेतात. मार्च महिन्याच्या अखेरीला अचानक चमत्कार घडतो आणि मी राहतो, त्या झोपडपट्टीतच त्यांचा पुनर्जन्म होतो. खालच्या चौकातली धुरकट झुडपं आता हिरवीकंच झाली आहेत. चेस्टनटच्या झाडावरची कोवळी पानं जाड झाली आहेत. डॅफोडिल्स फुलली आहेत. पोलिसांच्या अंगावरचे निळे गणवेश झळाळू लागले आहेत. मासेविके आता गिऱ्हाइकांना हसून सलाम करू लागले आहेत. साध्या घरचिमण्यासुद्धा आता रंगानं अधिक आकर्षक वाटू लागल्या आहेत. गेल्या सप्टेंबरपासून त्यांनी अंघोळी केलेल्या नाहीत. बदललेल्या हवामानात त्या आता अंघोळ करायला धजावू लागल्या आहेत.

वसंत ऋतू किंवा निसर्गातील सुखद बदल ह्यात सुख मानणं, हे पाप आहे का? थोडं जास्ती स्पष्ट म्हणायचं, तर हे राजकीय दृष्ट्या हास्यास्पद आहे काय? तूर्त आपण भांडवलशाही बेड्यांखाली कण्हत असताना ब्लॅकबर्डचं गाणं, ऑक्टोबरमधला पिवळा एल्म वृक्ष किंवा निसर्गातला आणखी एखादा चमत्कार यामुळं जीवन जगायला उमेद वाटते. त्याला काही पैसा पडत नाही, याकडे लक्ष वेधणं; हे डाव्या विचारप्रणालीच्या वृत्तपत्राचे संपादक सांगतात, त्याप्रमाणं वर्गीय दृष्टिकोनाचं ठरतं काय?

बऱ्याच लोकांना असं वाटतं, हे खरं. जेव्हा-जेव्हा माझ्या लेखनात असा काही निसर्गाचा उल्लेख येतो, तेव्हा वाचकांकडून येणाऱ्या पत्रांत त्याची वासलात 'सेन्टिमेन्टल' या शेऱ्यानं केली जाते.

विचार असा दिसतो की, जीवन जगण्यात मिळणारं कोणतंही सुख हे राजकीय

शांततेला उत्तेजन देणारं ठरतं. लोक अशांतच राहिले पाहिजेत आणि आपल्या गरजा सतत वाढत्या राहिल्या पाहिजेत. जे आहे, त्यातच संतुष्ट राहता कामा नये. दुसरा विचार असा आहे की, हे यंत्रयुग आहे. यंत्राचा दुस्वास करणं किंवा त्याच्या अधीन न होणं वगैरे सगळं प्रतिगामी आहे, मूर्खपणाचं आहे.

या विधानाला पुष्टी म्हणून आणखी विचार असा की, निसर्गप्रेम वगैरे शहरी लोकांचं फॅड आहे. त्यांना खरा निसर्ग माहीत नसतो. जे खरोखर मातीत राबणारे असतात, त्यांना पाखरांत किंवा फुलांत तसा काही रस नसतो. काही उपयोग असेल, तर आणि तेव्हाच ते फुलपाखराकडे बघतात. ग्रामीण गोष्टींवर प्रेम करायचं, तर शहरात राहावं आणि बऱ्याच दिवसांनी सुट्टी घालवण्यासाठी खेड्यापाड्यांकडे जावं.

हे म्हणणं साफ चुकीचं आहे, हे स्पष्टच दिसतं. कारण मध्यमयुगीन वाङ्मय – अगदी पोवाडेसुद्धा – निसर्गाचं जयगानच गातात आणि जपान-चीनसारख्या देशांतील शेतकरी लोक उपासना करतात नि वृक्ष, पक्षी, फुलं, नद्या, डोंगर यांच्या संगतीतच शेतीकला संपन्न होते. होय, आपण असमाधानीच असलं पाहिजे; आहे त्या स्थितीत मुळीच सुख मानता कामा नये. तरीसुद्धा जीवनात निसर्गत: मिळणाऱ्या सुखांचा होम करायचा, तर आपण कसलं उज्ज्वल भविष्य घडवीत आहोत? वसंत ऋतूच्या आगमनाचा आनंद नाही, तर मग कष्टयुक्त जीवन घेऊन करायचं काय? माणसाची कामं यंत्रावर सोपवल्यानंतर मिळणाऱ्या सवडीत माणूस करील काय? माझा असा होरा आहे की, कधी काळी आपले राजकीय आणि आर्थिक प्रश्न खरेखुरे सुटलेच, तर जीवन अधिक साधंसुधं होईल. पहिलं 'प्रिमरोज' फूल उमलल्यावर होणारा आनंद संगीताच्या तालावर अधिक विस्ताराला जाईल.

मला वाटतं, स्टील आणि काँक्रीट याशिवाय कशाचाही आदर करू नका, अशी शिकवण देण्याऐवजी लहानपणी झाडं, मासे, फुलपाखरं, बेडूक यांच्याविषयी वाटणारं प्रेम तसंच टिकवून ठेवण्यानं आपला भविष्यकाळ जास्ती सुखद आणि जास्ती लायक होईल; एरवी जास्तीचा उत्साह खर्च करण्यासाठी दुसऱ्याचा द्वेष आणि पुढाऱ्याची भक्ती एवढीच साधनं माणसाच्या हातांशी राहतील.

काहीही असो; वसंत आला आहे. 'लंडन एन-वन'मध्येसुद्धा आला आहे आणि या आनंदापासून तुम्हाला कोणीही वंचित करू शकणार नाही, हा विचार सुख देणारा आहे. मैथुनमग्न बेडूक आणि कोवळ्या मक्याच्या रानात मुष्टियुद्ध खेळणारे ससे बघत मी कित्येकदा हिंडलो आहे आणि माझ्या मनात विचार आला आहे की, जगातला कोणता थोर नेता मला या आनंदपासून वंचित करू शकेल, ते करू दे.

नशीब! कोणी असा नाही. जोवर तुम्ही अंथरूण धरलेलं नाही, तुम्ही भुकेकंगाल नाही, तुम्ही जेलमध्ये किंवा कँपमध्ये बंदी नाही; तोवर वसंत हा आहेच!

फॅक्टऱ्यांतून अॅटमबॉम्ब ढिगाऱ्याने तयार होत आहेत. शहरांतून पोलीस गस्त घालत आहेत, लाउडस्पीकर्समधून असत्याचा धोधाट प्रवाह ओतला जातो आहे; तरी अजूनही पृथ्वी सूर्याभोवतीच फिरते आहे. स्वाभाविक बदल थोपविण्यासाठी आटापिटा करणारा कोणी हुकूमशहा किंवा कोणती नोकरशाही हे अद्याप थोपवू शकलेली नाही.

■

फाशी

ब्रह्मदेशातील चिंब पावसाळी सकाळ. पिवळा आजारी उजेड जेलच्या आवारातल्या उंच भिंताडांवर पडलेला. आम्ही फाशी कोठ्यांच्या बाहेर थांबलेलो. प्रत्येक कोठी दहा बाय दहाची. समोर गज लावलेले. जंगली जनावरांना ठेवण्यासाठी सापळे असतात, तशा कोठ्या. आत सामानसुमान नाहीच. फक्त झोपायला अंथरलेल्या लाकडी फळ्या आणि पाण्याचा डेरा. काही गजांआड, अंग कांबळ्यांच्या खोळींनी झाकून किरमिजी कातड्याची माणसं गप्प बसलेली. या सगळ्यांना फाशीची सजा झालेली. येत्या एक-दोन आठवड्यांत ही माणसं फासावर जाणारच.

एका कैद्याला कोठीबाहेर आणला. हा हिंदू होता. दुबळा. दिसायला गवताच्या मुठीएवढा. डोकं भादरलेलं. डोळे पाघळलेले. नजर अधांतरी. ओठावर मिशा मात्र भरघोस, अंगापिंडाला न शोभाव्यात, एवढ्या मोठ्या.

सहा उंचे-पुरे हिंदुस्थानी वॉर्डर याच्या राखणीला आणि याला फाशीच्या खांबाकडे न्यायला नेमलेले होते. पैकी दोघं रायफलींना संगिनी लावून शिस्तीत उभे. उरलेल्यांनी त्याला हातबेडी घातली. हातबेडीतनं ओवलेली साखळी स्वत: कमरेला

गुंतवली. कैद्याचे दोन्ही हात दोन्ही बाजूंना जखडून टाकले. सहाही जणांनी कैद्याला घेरा टाकला. सगळ्यांचे हात त्याला धरून होते. जणू काही प्रत्येक क्षणाला जाणीव व्हावी की, कैदी जागच्या जागी आहे. पकडलेल्या जिवंत माशाला लोक ज्या सावधगिरीनं हाताळतात, तसंच हे होतं. सुटला हातातनं आणि गेला पाण्यात सुळकन्, तर? पण कैदी शांत होता. दंगाधोपा नाही. त्यानं मुकाट्यानं आपले हात दोराला दिले. काय चाललं आहे, हे जणू त्याच्या गावी नव्हतंच.

आठ वाजले आणि बिगुल झाला. ओल्या हवेतून उठलेला पातळ आवाज बराकीकडून आमच्यापर्यंत पोहोचला. जेलचे सुपरिन्टेन्डन्ट आमच्यापासून फटकूनच बाजूला उभे होते. स्वत:च्या नादात हातातल्या छडीनं खालची खडी ठोकीत उभे होते. ते बिगुलाच्या आवाजानं सावध झाले. हनुवटी वर करून त्यांनी पाहिलं. टूथ-ब्रशसारख्या काळ्या-पांढऱ्या मिशा आणि करारी आवाज असलेले हे गृहस्थ, खरे आर्मी डॉक्टर होते. ते एकदम बोलले, "अरे, आता थोडं हाला. फ्रान्सिस, कैदी मरून मोकळा व्हायला पाहिजे होता या वेळेपर्यंत! तुम्ही अजून तयार नाही?"

फ्रान्सिस हेड जेलर होता. तो लठ्ठ असा द्रविडी माणूस पांढऱ्या ड्रिलचा सूट आणि सोनेरी फ्रेमचा चष्मा घालायचा.

तो गडबडीनं बोलला, "एस्सर, एस्सर! सगळी जय्यत तयारी आहे सर, फाशी देणारा वाट बघतोय. आपण निघू या, सर."

सुपरिन्टेन्डन्ट – "बरं, क्विक मार्च! हे सगळं आटोपल्याशिवाय बाकीच्या कैद्यांना न्याहारी देता येणार नाही."

मग आम्ही फाशीच्या खांबाकडे निघालो. वॉर्डरपैकी दोघांनी कैद्याच्या खांद्याला, दंडाला धरलं. ते दोन्हीही कामं करीत होते. त्याला पुढं ढकलत होते आणि आधारही देत होते. बाकीचे चार वॉर्डर बंदुका खांद्यावर घेऊन कैद्याच्या दोन्ही बाजूंनी चालत होते. आम्ही बाकीचे त्याच्यामागून चालत होतो.

दहा-एक यार्ड अशी मिरवणूक गेली आणि एकाएकी थांबली. एक विलक्षण प्रकार झाला. कुठून, कसा, कोण जाणे; पण जेलच्या आवारात एक कुत्रा भो-भो भुंकत घुसला आणि आमच्याभोवती सगळं अंग हलवत उड्या घ्यायला लागला. इतके लोक बघून तो चेकाळला होता. मोठं केसाळ कुत्रं होतं. जातिवंत आणि गावठी अशा भेसळीतून जन्मलेलं असावं. एक-दोन क्षण ते आमच्याभोवती फिरलं आणि कैद्याकडं धावलं. उड्या घेऊन त्याचं तोंड चाटायला बघू लागलं. सगळे थक्क होऊन जागच्या जागी उभे राहिले. कुत्र्याला धरून मागं ओढावं, याचं भानच कुणाला राहिलं नाही. सुपरिन्टेन्डन्ट गरजले, "या कुत्तरड्याला कुणी आत येऊ दिलं? धरा – धरा त्याला."

एक वॉर्डर धावला. पण त्याला बघून कुत्रं हुतुतू घालायला लागलं. त्याला ही

गंमत वाटली. एका जेलरनं खालच्या खडीतनं चार खडे उचलले आणि कुत्र्यावर फेकले. ते चुकवून कुत्रं पुन्हा मागं येऊ लागलं. मोठमोठ्यानं भुंकायला लागलं. जेलच्या भिंतीवर प्रतिध्वनी उमटू लागला. हाही एक फाशी देण्यातलाच उपचार असावा, म्हणून या प्रकाराकडे दोघा वॉर्डरनी धरलेला तो फाशीचा कैदी पाहत होता.

काही मिनिटं गेली आणि मग कुणी तरी ते कुत्रं धरलं. मग आम्ही कुत्र्याच्या पट्ट्यात हातरुमाल ओवला आणि त्याला जखडलं. मग यात्रा पुढं सुरू झाली. कुत्रं आरडाओरड करत होतंच.

फाशीच्या खांबापर्यंत चाळीसएक यार्डांचं अंतर होतं. माझ्यापुढं चाललेल्या कैद्याची किरमिजी उघडी पाठ मी पाहत होतो. बांधलेल्या हातांमुळं तो अवघडल्यासारखा चालत होता. त्याचं चालणं हिंदुस्थानी माणसासारखं, म्हणजे गुडघे ताठ न करताच होत होतं. प्रत्येक पाऊल टाकताना मला त्याच्या पायाचे स्नायू हलताना दिसत होते. त्याच्या डोक्यावरचे केस खाली-वर उडत होते. वॉर्डरनी खांद्याला धरलं असतानाही वाटेवर असलेलं गढूळ पाण्याचं डबकं चुकवण्यासाठी तो थोडा बाजूला गेला.

हे विलक्षणच! पण त्या क्षणापर्यंत मला कधीही जाणवलेलं नव्हतं की, एखाद्या निरोगी, शुद्धीवर असलेल्या माणसाला नाहीसा करणं म्हणजे काय असतं! वाटेतलं डबकं चुकवण्यासाठी हा कैदी जेव्हा बाजूनं गेला, त्या क्षणी, जीवनाचा धोधाट प्रवाह थांबवणं म्हणजे काय, याची जाणीव मला झाली. हा कैदी आता मरत नव्हता. आमच्यासारखाच तो जिवंत होता. त्याच्या शरीरातील सगळी इंद्रियं नीट काम देत होती. पचनशक्ती खाल्लेलं पचवत होती, त्वचा पुन्हा जन्मत होती, नखं वाढत होती, पेशी जन्मत होत्या.

फाशीच्या तख्तावर तो उभा असेल, तेव्हाही त्याची नखं वाढत असतील. तो जेव्हा फाशीच्या खड्ड्यात कोसळत असेल, त्याचं जीवन केवळ एकदशांश सेकंद राहिलं असेल; तेव्हाही ती वाढतच असतील. त्याच्या डोळ्यांना पिवळसर खडी, राखी रंगाच्या दगडी भिंती दिसत असतील आणि त्याचा मेंदू स्मरण करत असेल, त्याची तर्कबुद्धी चालत असेल... त्याचं अगोदर ताडणं, अगदी गढूळ पाण्याच्या डबक्याबद्दलसुद्धा अगोदर विचार येऊन त्याप्रमाणे वागणं... हे जागच्या जागी असेलच. तो आणि आम्ही माणूस म्हणून एकच होतो. एकत्र चालत होतो, पाहत होतो, ऐकत होतो, जग जाणून घेत होतो आणि अवघ्या दोन मिनिटांतच एका झटक्यासरशी आमच्यापैकी एक जाणार. एका मनाचा शेवट. एका जगाचा अंत.

जेलच्या परिसरात अगदी एका बाजूला फाशीचं ठिकाण होतं. तिथं तण माजलेलं होतं. उंच-उंच कुसळी तण. तिन्ही बाजूंनी वीट-बांधकामानं उभी केलेली टपरी, दोन उभे खांब, त्यावर आडवा वासा. त्याला लोंबणारा दोर.

एक पिकल्या केसांचा कैदी पांढरा गणवेश घालून या यंत्राशेजारी वाट बघत उभा होता. तो फाशी देण्याचं काम करणार होता. आम्ही जाताच अदबीनं वाकून त्यानं आम्हाला रामराम केला.

फ्रान्सिसनं इशारा करताच दोघा वॉर्डरनी कैद्याला दोन्ही बाजूंना धरलं. ढकलत, उचलत पायऱ्यांवर चढवलं. मागोमाग फाशी देणारा वर चढला आणि कैद्याच्या गळ्यात त्यानं फास अडकवला.

आम्ही पाच-एक यार्ड अंतरावर उभे होतो. वॉर्डरनी कैद्याभोवती वेढा घातला होता. गळ्यात फास पडताच कैदी देवाचं नाव घ्यायला लागला. उंच आवाजात वारंवार म्हणू लागला, "राम! राम! राम!"

घाईनं, भीतीनं हा धावा नव्हता; धीराचं, तालबद्ध, जणू घंटानाद असं हे नामस्मरण होतं.

फाशी-खांबाजवळ उभ्या असलेल्या पिकल्या केसांच्या त्या फाशीवाल्या माणसानं कापडाची लहानशी पिशवी कैद्याच्या चेहऱ्यावर घातली. पिशवीच्या आतून झाकला आवाज येतच राहिला.

"राम! राम! राम! राम! राम!"

फाशीवाला खाली उतरला आणि तरफेला हात देऊन तयारीत राहिला. मिनिटं सावकाश जात राहिली. आवाज होत राहिला –

"राम! राम! राम!"

सुपरिन्टेन्डन्टची मान खाली होती. हातातल्या छडीनं तो सावकाश जमीन टोकरत होता. बहुतेक तो कैद्यानं उच्चारलेलं रामनाम मोजत असावा. पन्नास किंवा शंभर रामनाम पुरं होऊ द्यायचं. उभ्या असलेल्या सर्वांच्या चेहऱ्यांचा रंग बदलला होता. हिंदुस्थानी लोकांचे चेहरे वाईट कॉफीसारखे करड्या रंगाचे झाले होते. एका-दोघांच्या हातातल्या संगिनी थरथरत होत्या. आम्ही जखडलेल्या, चेहरा झाकलेल्या कैद्याकडं बघत होतो आणि त्याचा हाका ऐकत होतो. एक हाक म्हणजे, जीवनातला एक क्षण. अरे, संपवा – संपवा हे लवकर.

एकदम सुपरिन्टेन्डन्टच्या मनाचा निश्चय झाला. वर मान करून छडी हलवीत ते ओरडले, "चलो!"

धातूवर धातू आटपल्यासारखा आवाज आणि मग गाढ शांतता. कैदी नाहीसा झाला होता. दोर स्वत:शीच पिरगळत होता. मी कुत्र्याला मोकळा सोडला. तो तत्काळ फाशी चौथऱ्याच्या मागच्या बाजूकडं गेला. थांबला. भुंकला. परत फिरला. आवारातल्या एका कोपऱ्यात गेला आणि गवतात उभा राहून आमच्याकडं बुजल्यासारखा बघू लागला.

आम्ही कैद्याला बघायला गेलो. तो दोराला लोंबत होता. पायांची बोटं थेट

जमिनीकडं होती. ठार मेला होता. सुपरिन्टेन्डन्टनी छडीनं टोचलं. धडाला हेलकावा बसला.

"ठीक आहे." सुपरिन्टेन्डन्ट म्हणाले.

मग ते बाहेर आले आणि त्यांनी एक दीर्घ श्वास सोडला.

त्यांचा चेहरा एकदम बदलला. मनगटावरल्या घड्याळात बघून ते बोलले, "आठ वाजून आठ मिनिटं. चला, आजचं सकाळचं काम संपलं. ईश्वरा!"

वॉर्डरलोकांनी बंदुकांच्या संगिनी काढल्या आणि ते निघून गेले.

तो कुत्रा आता ताळ्यावर आला होता. आपण वेड्यासारखं वागलो, याची जाणीव त्याला झाली असावी. वॉर्डरांमागे तोही गेला.

आम्ही फाशीच्या ठिकाणाहून निघालो. फाशी-कोठ्या, वाट पाहत राहिलेले फाशीचे कैदी यांना ओलांडून जेलच्या मोठ्या अंगणात आलो. वॉर्डर लाठ्या घेऊन देखरेख करीत होते. कैद्यांना न्याहरी-वाटप चालू होतं. लांबच-लांब रांग करून कैदी बसले होते. प्रत्येक कैद्यानं पत्र्याची थाळी हातात धरलेली होती. दोन वॉर्डर भाताची बादली घेऊन वाढत जात होते.

फाशीच्या प्रसंगानंतर लगेच हा देखावा घरगुती, आनंदी वाटला. अवघड असं मोठं काम पार पाडल्यानंतर जसं मोकळं वाटतं, तसं वाटत होतं. गाणं म्हणावं किंवा धावावं किंवा ओठांवर हात झाकून हसावं.

सगळे जण मोठ्यांदा हसू-बोलू लागले.

आम्ही आलो, त्या दिशेनं पाहून माझ्याबरोबर असलेला युरोपियन पोरगा हसला आणि बोलला, "सर, तुम्हाला माहीत नसेल – हा लेकाचा आपलं अपील फेटाळलं गेलं, हे ऐकून कोठीतल्या कोठीत मुतला होता भीतीनं. माझी एक सिगारेट घेणार, सर? कशी वाटली ही चांदीची सिगारेटकेस? बॉक्सवाल्याकडनं घेतली दोन रुपये आठ आण्याला. अगदी युरोपियन स्टाईलची आहे ना?"

बरेच लोक हसले. का, कुणाला ठाऊक?

सुपरिन्टेन्डन्टबरोबर फ्रान्सिस चालत होता. चालता-चालता म्हणाला, "वेल, सर, सगळं अगदी मनासारखं पार पडलं. आणि कसं – चुटकीसरशी! नेहमी होत नाही हां असं! छे-छे, काही केसीत डॉक्टरना खाली जाऊन कैद्याचे पाय ओढून खात्री करून घ्यावी लागते – हा आता मेला. कठीण."

सुपरिन्टेन्डन्ट म्हणाले, "हां! वळवळ होत राहिली पुढंही, तर फार वाईट."

"आणि सर, कैदी हटवादी बनतो, ते तर फारच कठीण. मला आठवतं – एकाला आम्ही कोठीबाहेर आणायला गेलो आणि हा जो शिगांना चिकटला, तो

निघता निघेना. खोटं वाटेल तुम्हाला, पण सहा वॉर्डरनी सोडवला त्याला. एक पाय ओढायला तिघं-तिघं. पुष्कळ समजावलं आम्ही. अरे ए बापू, काय घोळ घालतोस? किती तरास, किती याप तुला भायेर काढायला! चल, शेवटाला गप्प. पर छ्या, त्यानं काही ऐकलं नाही. आपनहून शिगा नाही सोडल्या.''

मी मोठमोठ्यानं हसत राहिलो. सगळेच हसत होते. प्रत्यक्ष सुपरिन्टेन्डन्टसुद्धा हात राखून हसले. म्हणाले, ''तुम्ही सगळे आता बाहेर या आणि ड्रिंक घ्या. माझ्या गाडीत व्हिस्कीची बाटली आहे. संपूव या ती!''

जेलची दोन मोठ्ठी गेटं पार करून आम्ही रस्त्यावर आलो.

''हां-हां, पाय धरून ओढला.'' एक ब्रह्मी मॅजिस्ट्रेट एकदम बोलला आणि मोठ्यांदा चुकचुकला.

आम्ही सगळे पुन्हा हसायला लागलो.

फ्रान्सिसनं सांगितलेली आठवण या घटकेला फारच, म्हणजे फार विनोदी वाटत होती.

आम्ही सगळ्यांनी एकत्र दारू घेतली. युरोपियन आणि नेटिव्ह – सर्वांनी एकत्र.

फाशी गेलेल्या माणसाचं धड शंभरएक यार्डांवरच होतं.

■

मी हत्ती मारला

१८

मी ब्रह्मी देशातल्या मौलमीन गावी होतो. माझा तिरस्कार करणाऱ्या लोकांची संख्या तिथं बरीच होती. असं काही घडावं, एवढा मी महत्त्वाचा असल्याचा सबंध जीवनात हा एकच काळ. मी सबडिव्हिजनल पोलीस-ऑफिसरच्या हुद्द्यावर होतो. दिशाहीन अशा हलक्या मार्गानं व्यक्त होणारं युरोपियन लोकांबाबतचं कडवट वातावरण अगदी शिगेला पोहोचलेलं होतं. दंगाधोपा करण्याएवढी हिंमत कुणी दाखवत नव्हतं. पण एखादी युरोपियन बाई एकटी-दुकटी जर बाजारपेठेत गेली, तर कुणी तरी पान खाऊन लाल पिचकारी तिच्या अंगावर टाकत असे. पोलीस-ऑफिसर असल्यामुळं लोकांचा माझ्यावर विशेष दात होता. जेव्हाजेव्हा संधी मिळायची, फार धोका नाही असं वाटायचं; तेव्हा लोक मला फार खिजवायचे. एकवार एका चलाख ब्रह्मी खेळाडूनं फुटबॉल खेळताना मला पायात पाय घालून पाडलं. ब्रह्मी पंचानं दुसऱ्या दिशेला तोंड फिरवलं. जमलेल्या बघ्या लोकांनी केवढा तरी चांगभले गाजवला आणि केवढ्यांदा हशा पिकला. असं अनेकदा घडे. मी लांब अंतरावर आहे, असं पाहून पिवळ्या चेहऱ्याच्या तरुण पोरांकडून माझी टिंगलटवाळी होई. ती सहन करणं

मला फार कठीण जाई. तरुण बौद्ध भिक्षू सर्वांत जास्ती त्रास देत. मौलमीनमध्ये हे हजारोंनी होते आणि कोपऱ्या-कोपऱ्यावर घोळक्यांनी उभं राहून युरोपियन लोकांची टिंगलटवाळी करण्यावाचून यांना दुसरा काही उद्योगच नसावा.

हे सगळं माणसानं गोंधळून जावं, उदास व्हावं असंच होतं. याच सुमाराला मी ठरवून टाकलं की, साम्राज्यशाही ही वाईटच. लवकरातल्या लवकर आपण ही नोकरी सोडून मोकळं व्हावं, हे बरं. खरं सांगायचं, तर मी ब्रह्मी लोकांच्या बाजूचा होतो. त्यांना ठेचणाऱ्या ब्रिटिश लोकांच्या विरुद्धच होतो. माझ्या नोकरीचा मला फार तिटकारा होता. किती, ते सांगताच येणार नाही. कारण या अशा नोकरीत साम्राज्यशाहीचं नागवं दर्शन होत होतं. लॉकअपच्या घाण वास मारणाऱ्या पिंजऱ्यातले ते दुर्दैवी कैदी... दीर्घ मुदतीची सजा झालेल्या कैद्यांचे भयाण चेहरे बांबूच्या फोकांनी फोकलून काढलेल्या कैद्यांच्या टिऱ्यांवरचे वण – हे सगळं बघून मला लाज वाटे. पण काही करता येत नसे. मी तरुण होतो. माझं शिक्षण व्हावं तेवढं झालेलं नव्हतं. आणि माझ्या स्वतःच्या पुढं असलेल्या अडचणींना पूर्वेकडच्या इंग्रज माणसाला जसं मुकाट्यानं तोंड द्यावं लागतं, तसं मीही देत होतो. ब्रिटिश साम्राज्य आता मरू घातलं आहे, याची जाणीव मला झाली नव्हती. या साम्राज्याला हुसकावून, त्याची जागा घेऊन पाहणाऱ्या नव्या साम्राज्यापेक्षा ते किती तरी पटीनं बरं आहे, हेही मला माहीत नव्हतं. साम्राज्याबद्दलचा तिरस्कार आणि मला काम करणं अशक्य करून सोडणाऱ्या नीचांविषयीचा संताप या कचाट्यात मी सापडलो आहे, एवढं मात्र कळत होतं. एका बाजूला वाटे, ब्रिटिश राज्य ही बळकट जुलमी सत्ता आहे. आणि दुसरीकडे बौद्ध धर्मगुरूंच्या पोटात संगीन खुपसण्याएवढा आनंद दुसऱ्या कोणत्याही कृत्यापासून होणार नाही, असंही वाटे. मुफ्तीत गाठून कोणीही अँग्लो-इंडियन अधिकाऱ्याला विचाराल तर असं मनात येणं, हे साम्राज्यशाहीतूनच निर्माण होणारं आड उत्पन्न आहे, असं तो तुम्हाला सांगेल.

साम्राज्यशाहीचं मला आजवर न झालेलं दर्शन व्हावं, असा एक लहानसा प्रसंग घडला.

एका सकाळी शहराच्या दुसऱ्या टोकाला असलेल्या पोलीस गेटवरून मला सबइन्स्पेक्टरचा फोन आला. मस्तीला आलेला हत्ती बाजारपेठ उद्ध्वस्त करतो आहे; त्यावर आपण काही उपाय कराल का?

काय करावं, हे मला माहीत नव्हतं; पण काय चाललं आहे, हे बघावं वाटलं. पॉइंट फोर्टीफोर ही माझी जुनी रायफल घेऊन मी घोड्यावर टांग टाकली. हत्ती मारण्यासाठी या रायफलीचा उपयोग नव्हताच. हत्तीच्या शिकारीला हे हत्यार फारच लहान होतं; पण आवाज काढला तरी परिणाम होईल, असं मला वाटलं. वाटेनं

बऱ्याच वेळा ब्रह्मी लोकांनी मला थांबवलं आणि हत्तीची बातमी दिली. हा काही रानटी हत्ती नव्हता, होता पाळलेलाच; पण तो 'मस्त' झाला होता. मस्तीला यायच्या सुमाराला हत्तीला साखळदंडांनी बांधून ठेवतात. यालाही ठेवला होता. पण रात्री त्यानं साखळदंड तोडला होता आणि तो सुटला होता. त्याला शोधण्यासाठी बाहेर पडलेला माहूत नेमका वेगळ्या दिशेला गेला होता. आता तो गावापासून बारा तासांच्या प्रवासाइतका दूर होता.

सकाळी ध्यानी-मनी नसताना हत्ती गावात दिसला. ब्रह्मी लोकांपाशी हत्यार-पात्यार नव्हतं. ते काहीच करू शकत नव्हते. आतापर्यंत हत्तीनं एक बांबूची झोपडी उद्ध्वस्त केली होती, एक गाय मारली होती. फळांच्या दुकानावर धाड घातली होती. फळं खाऊन टाकली होती. कचरा घेऊन जाणारी म्युनिसिपालिटीची गाडी त्याच्या तडाख्यात सापडली होती, ती त्यानं उलटवून टाकली होती. ड्रायव्हर उडी टाकून पळाल्यामुळं बचावला होता.

हत्ती दिसला, त्या वस्तीत एक ब्रह्मी सबइन्स्पेक्टर आणि काही भारतीय हवालदार माझी वाट बघत थांबले होते. टेकडीच्या उतारावरची ही वस्ती गरिबांची होती. ओंगळ अशा बांबू-झोपड्यांचा चक्रव्यूहच जणू. या झोपड्या नारळाच्या पानांनी शाकारल्या होत्या. मला चांगलं आठवतं – कुंद अशी पावसाळी सकाळ होती. पावसाळ्याची सुरुवात होती. हत्ती कुणीकडे गेला याची आम्ही चौकशी केली. नेहमीप्रमाणे निश्चित अशी काहीही माहिती मिळाली नाही. कुणी म्हणालं, ह्या हिकडं गेला. कुणी म्हणालं, त्या तिकडं गेला. कुणी म्हणालं, हत्ती? आम्ही नाही बघितला, बाबा! मला वाटायला लागलं की, ही सगळीच एक अफवा असावी.

एवढ्यात जरा अंतरावरून हाकाटी ऐकू आली.

"पोरांनो, पळाऽ पळाऽऽ"

झोपडीच्या कोपऱ्यावर हातात छडी घेतलेली म्हातारी दिसली. ती नागड्या पोरांना हुसकावून लावत होती. म्हातारीच्या मागोमाग आणखी काही बाया तोंडानं चुक्ऽ चुक्ऽ आवाज काढत, बडबडत असल्याचं दिसलं. म्हणजे मुलांनी बघू नये, असं काही तरी तिकडं होतं. आम्ही झोपडीला वेढा टाकला.

माणसाचं प्रेत चिखलात पडलं होतं. हा द्रविडी होता. भारतातला कुणी रोजगारी. संपूर्ण उघडा. काही मिनिटांपूर्वीच मेला असावा. लोक म्हणाले, झोपडीच्या कडेला हा असताना अकस्मात हत्ती आला. त्यानं ह्याला सोंडेनं धरलं आणि पुढचा पाय पाठीवर देऊन जमिनीवर दडपलं. दिवस पावसाळ्याचे असल्याने जमीन ओली होती. हत्तीनं मारलेल्या माणसाचं तोंड रुतून जमिनीत फूटभर खोल, असा दोन यार्ड लांबीचा चर पडला होता. पालथ्या पडलेल्या रोजगाऱ्याचे दोन्ही हात पसरलेले होते. चेहरा एका बाजूला वळलेला होता. सबंध चेहऱ्यावर चिखल होता. डोळे सताड

उघडे होते. दातांवर दात रोवलेले आणि असह्य यातना सोसल्यासारखा चेहऱ्यावरचा भाव. (मृताचा चेहरा शांत दिसला, असं मला कधी सांगू नका. मी पाहिलेल्या सगळ्या प्रेतांचे चेहरे सैतानी होते.) हत्तीच्या पायामुळं सशाचं कातडं सोलावं, तशी ह्याची पाठ सोलली होती.

हा बळी पाहिल्यावर लगेच मी मित्राकडे निरोप पाठवला आणि त्याची हत्तीच्या शिकारीसाठी वापरतात, ती रायफल मागून आणली. पाच मिनिटांत रायफल आणि पाच काडतुसं घेऊन माणूस आला. दरम्यान काही ब्रह्मी लोकांनी येऊन माहिती दिली – खाली काहीशे यार्ड अंतरावर असलेल्या भाताच्या रानात हत्ती आहे. मी तिकडं जायला निघालो आणि त्यासरशी वस्तीतील झोपड्या-झोपड्यांतून माणसं बाहेर पडली. माझ्या मागोमाग येऊ लागली. माझ्या हातातली रायफल त्यांनी पाहिली होती. मी हत्ती मारायला निघालो आहे, म्हणून ते आनंदानं आरडत-ओरडत होते. हत्ती नासधूस करत होता, तेव्हा त्यांनी काही लक्ष दिलं नव्हतं; पण आता गोष्ट वेगळी होती. आता हत्ती मरणार होता. बघायला गंमत, शिवाय खायला मांस. मी काहीसा अस्वस्थ झालो.

हत्ती मारावा, ह्या इराद्यानं मी निघालो नव्हतो. रायफल बरोबर घेतली होती, ती स्वत:ला संरक्षणाची गरज भासली तर असावी, म्हणून. आणि तुमच्या मागोमाग घोळक्यानं जमाव येऊ लागतो, तेव्हा तुम्ही अस्वस्थ होताच.

मी टेकडी उतरून खाली आलो.

मागून येणारा घोळका वाढतच होता.

खांद्यावर रायफल टाकून चालताना येडपटासारखं वाटत होतं. तसाच मी दिसतही असलो पाहिजे.

टेकडीच्या खाली खडीचा रस्ता होता. रस्त्यापलीकडे हजारएक यार्ड भातखाचरं पसरलेली होती. पीक नव्हतं, पण इथं-तिथं तण वाढलेलं होतं. रस्त्यापलीकडे ऐंशी यार्डांवर हत्ती उभा होता. त्याची डावी बाजू आमच्याकडे होती.

जमावाचा घोळका आला, याची हत्तीनं काही दखल घेतली नाही. तो सोंडेनं गवत उपटत होता. माती झाडण्यासाठी गुडघ्यावर आपटत होता आणि तोंडात घालत होता.

मी रस्त्यावर थांबलो. ह्याला आता मारायला नको, हे हत्ती पाहताच मनात आलं. कामासाठी पाळलेला हत्ती गोळी घालून मारणं, ही गंभीर बाब होती. एखादं प्रचंड आणि भारी किमतीचं यंत्र नष्ट करण्यासारखं हे होतं. शक्य तर ते टाळणंच योग्य. शांतपणानं चरत असलेला हत्ती आता गरीब गाईसारखा वाटत होता. त्याचा मस्तपणा आता गेला असला पाहिजे. म्हणजे, काही काळ तो इथं-तिथं चरत भटकत राहील आणि त्याचा माहूत त्याला धरून नेईल. मी विचार केला, काही वेळ

त्याच्यावर ध्यान ठेवावं. पुन्हा हा काही विध्वंस करत नाही ना, याची खात्री करून घ्यावी आणि जावं.

सभोवती नजर टाकली. आता जवळजवळ एक-दोन हजार लोक जमा झालेले होते. आणखी येतच होते. वर आणि खाली असा सगळा रस्ता लोकांनी भरून गेला होता. पिवळ्या चेहऱ्यांचा सागर पसरला होता. लोक उत्साहात होते. मजा होती. आता हत्ती मरणार होता.

एखादा खेळ करून दाखवणाऱ्या कसबी मर्दाकडे अपेक्षेनं बघावं, तसा सगळा समुदाय माझ्याकडे बघत होता. एरवी मी त्यांना मुळीच आवडत नव्हतो, पण आता माझ्या हातात मंतरलेलं हत्यार होतं, म्हणून मी बघण्यालायक ठरलो होतो.

एकाएकी वाटलं – मी हत्ती मारायला पाहिजे, ही लोकांची इच्छा होती आणि ती पुरी करायलाच पाहिजे होती. हजारो लोकांची अपेक्षा होती की, मी पुढे व्हावं आणि हा हत्ती मारावा आणि त्याच क्षणी, हातात रायफल घेऊन मी उभा असताना मला जाणीव झाली ती गोऱ्या कातडीच्या पोकळपणाची, सत्तेच्या दंभाचाराची. मी हातात रायफल असलेला एक गोरा माणूस, आडहत्यारी अशा नेटिव्ह जमावापुढं उभा होतो. या नाट्याचा प्रमुख अभिनेता, पण प्रत्यक्षात एक बाहुली – मागे उभ्या असलेल्या पिवळ्या माणसांच्या इच्छेनुसार मागे-पुढे हलणारी निव्वळ बाहुली. ह्याच क्षणी मला कळून आलं की, गोरा माणूस जुलमी होतो, तेव्हा तो विध्वंस करतो, तो स्वतःच्या स्वातंत्र्याचा. तो निव्वळ नकली साहेब. सत्तेचीच त्याला अट असते की, त्यानं नेटिव्ह लोकांवर छाप टाकली पाहिजे, त्यातच आयुष्य वेचलं पाहिजे. प्रत्येक आणीबाणीच्या क्षणी नेटिव्ह लोकांची अपेक्षा असते, तसंच त्यानं वागलं पाहिजे. त्यानं मुखवटा घालावा आणि तो घट्ट बसावा, म्हणून चेहरा फुगवावा.

मला आता हा हत्ती मारला पाहिजे.

मी जेव्हा रायफल मागवली, तेव्हाच ही कृती करायला मी बांधला गेलो होतो.

साहेबमाणसानं साहेबासारखंच वागलं पाहिजे.

त्यानं करारीच दिसलं पाहिजे. मनात काय आहे, हे ओळखून निश्चित कृती केली पाहिजे.

हातात रायफल घेऊन इथपर्यंत आलो, दोन हजार लोक माझ्यामागून आलेत आणि आता दुबळी माघार घ्यायची? काहीही न करता परतायचं?

नाही, हे अशक्य आहे.

हा समुदाय मला हसेल. प्रत्येक गोऱ्या माणसाचं पूर्वेकडील देशातलं आयुष्य हा एक दीर्घ झगडा असतो. तो आपल्याला कोणी हसता कामा नये, एवढ्यासाठीच.

पण मला हत्ती मारायचा नव्हता.

एखाद्या म्हाताऱ्या आजीसारखा शांत हत्ती गवत उपटून, गुडघ्यावर झाडून

तोंडात घालताना मी पाहत होतो.

ह्याला मारणं म्हणजे खून करणं होतं!

जनावर मारणं ह्याला पाप समजण्याएवढा प्रौढ मी नव्हतो, पण मी आजवर हत्ती मारला नव्हता. मारावा, असं कधी वाटलंही नव्हतं. (काही म्हणा, प्रचंड असं जनावर मारणं नको वाटतंच.) हत्तीच्या मालकाचाही विचार करायला हवा होता. जिवंत हत्तीची किंमत कमीतकमी शंभर पौंड होती. मेल्यानंतर त्याच्या दातांचे फक्त पाच पौंड मालकाला मिळाले असते.

काय करावं? चट्कन निर्णय घ्यायला पाहिजे होता.

आजूबाजूला काही अनुभवी ब्रह्मी माणसं होती. मी त्यांचा सल्ला घेतला.

ते म्हणाले, हा शांत दिसतोय साहेब; पण तुम्ही आणखी जवळ जाल, तर तो हल्लाच करील.

म्हणजे, आता हत्तीपासून पंचवीस यार्डांवर जाऊन, तो कसा आहे, हे पडताळणं आलं. चालून आला, तर गोळ्या घालणं. शांत राहिला, तर माहूत येईपर्यंत त्याला तिथंच राहू द्यावं.

पावसामुळं चिखल झालेला होता. माझं प्रत्येक पाऊल खोलात जाणार होतं. त्यामुळं पडताळा घेणंही अवघड होतं. माझी निशाणी भरवशाची नव्हती. हत्ती चालून आला आणि माझा नेम हुकला, तर स्टीम रोलरखाली आलेल्या बेडकाला मिळेल, एवढी जीवित वाचवण्याची संधी मला मिळाली असती. शिवाय मी एकटा नव्हतो, अनेक ब्रह्मी नेटिव्ह बघत होते. गोऱ्या माणसानं नेटिव्ह लोकांपुढं घाबरटपणा दाखवणं योग्य नव्हतं. त्यानं निधडेपणाच दाखवायला हवा.

माझ्या मनात एकच विचार होता – जर का माझा नेम चुकला, काही निराळंच घडलं; तर हे दोन हजार ब्रह्मी लोक माझा पाठलाग करतील, मला धरतील किंवा पायांखाली तुडवतील. त्या भारतीय रोजगाऱ्यासारखाच मीही मारला जाईन.

माझ्या रायफलीत काडतुसं भरली आणि नीट नेम धरता यावा, म्हणून रस्त्यावर पालथा पसरलो. समुदायात शांतता पसरली. नाटक बघायला गेलेला उत्सुक प्रेक्षक-समुदाय, एकदाचा पडदा वर गेल्यावर जसा सुखाचा निःश्वास टाकतो, तसा हजारो लोकांनी टाकला. आता त्यांना काही बघायला मिळणार होतं.

माझ्या हातातली रायफल म्हणजे उत्तम जर्मन हत्यार होतं. अचूक नेम धरता यावा यासाठी मागे-पुढे करता येईल, अशी माझी नळी वर बसवलेली होती.

हत्ती मारायचा तर शिकाऱ्यानं सावजाच्या एका कानापासून दुसऱ्या कानापर्यंत जाणारी काल्पनिक रेषा भेदायची असते, हे मला माहीत नव्हतं. आडवा उभा राहिलेल्या हत्तीच्या कानात मी बार करायला पाहिजे होता. पण मी कानापासून काही इंच पुढं नेम धरला. मला वाटलं होतं, अशानं मेंदू मिळेल.

मी रायफलीचा बार केला. दणका कानांना ऐकू आला नाही आणि खांद्यातही जाणवला नाही. बार नेमका बसतो, तेव्हा जाणवत नाहीच – पण लोकांनी आनंदानं ठोकलेल्या आरोळ्या मी ऐकल्या. त्या क्षणी हत्तीत एक विलक्षण बदल झाला. तो थरथरला नाही, कोसळला नाही; पण त्याच्या शरीराची रेषा पालटली. तो ठोकलेला, आकसलेला, अगदी जख्ख म्हातारा दिसला. जणू काही बार केल्यामुळं तो उभा पंगू झाला आहे.

पाच सेकंद... पण फार वेळ गेल्यासारखा वाटला आणि हत्ती सावकाश असा गुडघ्यांवर आदळला. त्याच्या तोंडातून लाळ गळू लागली. प्रचंड थकवा आला. याचं वय हजार वर्षांचं आहे, असं वाटलं. मी पुन्हा पहिल्या ठिकाणीच बार केला.

त्यासरशी तो धडपडून उभा राहिला. लटपटत्या पायांनी मान खाली घालून मी तिसरा बार केला.

यानं शेवट झाला, पायांतलं उरलं-सुरलं बळ नाहीसं केलं... हत्ती कोसळला. भल्याथोरल्या खडकासारखा दिसला. सोंड आकाशाकडे केली, शेवटची तुतारी दिली आणि जमिनीवर पडला. मी पसरलो होतो, तिथपर्यंत जमीन हादरली.

मी उठून उभा राहिलो. ब्रह्मी लोक चिखलातून धावत मला ओलांडून पुढं झाले. हत्ती आता चार पायांवर उभा राहणार नव्हता; पण तो जिवंत होता. श्वास चालू होता. माझ्या बाजूला असलेलं त्याचं भलंमोठं पोट वर-खाली होत होतं. तोंड वासलेलं होतं. आतला गुलाबी भागसुद्धा मला दिसत होता. प्राण जाण्याची मी बराच वेळ वाट पाहिली, पण पोट वर-खाली होतंच राहिलं. माझ्यापाशी दोन काडतुसं उरली होती. हत्तीच्या हृदयाचा अंदाज करून मी त्या जागी दोन्ही बार केले. मखमलीसारखं दाट रक्त जखमेतून बाहेर उसळलं आणि तरीही तेव्हा त्यानं आचकासुद्धा दिला नव्हता. श्वास चालूच राहिला.

सावकाश, फार यातना सोसत प्राण जात होता. तो महाकाय प्राणी – त्याला हलायला शक्ती नव्हती, मरायलाही शक्ती नव्हती. मग मी माझी लहान रायफल आणवली आणि एकामागून एक बार हृदयावर, गळ्यावर करत राहिलो. काही परिणाम नाही.

शेवटी तिथं राहणं अशक्य वाटलं, म्हणून मी निघून गेलो. लोकांनी नंतर सांगितलं की, मी गेल्यावर अर्ध्या-एक तासानं हत्ती मेला. मी जाण्याअगोदरच दुरड्या टोपल्या घेऊन ब्रह्मी लोक तिथं जमलेले होते. दुपारपर्यंत त्यांनी हत्तीचा सांगाडा तेवढा शिल्लक ठेवला.

नंतर हत्ती मारल्याबद्दल बरीच चर्चा झाली. हत्तीचा मालक फार संतापला होता. पण तो हिंदुस्थानी असल्यामुळं काहीही करू शकला नाही. मी कायद्यानुसार वागलो

होतो. वेड्या कुत्र्याला मारावं लागतं, तसंच वेड्या हत्तीलाही मारावं लागतं. युरोपियन लोकांत दोन तट होते. प्रौढ माणसं म्हणाली, 'झालं, ते योग्यच आहे.' तरुण म्हणाले, 'एका कुलीला मारलं, म्हणून हत्ती मारणं ही लाज आणणारी बाब आहे. फडतूस कूर्गी कुलीपेक्षा हत्ती किती तरी पटीनं जास्ती मोलाचा आहे.'

पुढं मला वाटलं की, तो कूर्गी मजूर मारला गेला, हे ठीकच झालं. त्यामुळं मला हत्ती कायदेशीरपणे मारता आला.

कधी-कधी मला वाटतं – कोणी हसू नये, एवढ्यासाठीच मी हत्ती मारला, ही बाब कुणाच्या तरी ध्यानी आली असेल का?

■

हॉस्पिटलमधले दिवस

१९

एकोणीसशे एकोणतीसमध्ये पॅरिसमधल्या 'क्ष' हॉस्पिटलात मी काही आठवडे होतो. कैद्यानं कबुलीजबाब द्यावा म्हणून विचारतात तसे प्रश्न, दाखल करून घ्यायच्या वेळी कारकुनानं मला विचारले. वीस मिनिटं मी उत्तरं देत होतो. लॅटिन देशात तुम्ही कधी गेला असाल, तर तिथं भराव्या लागणाऱ्या फॉर्ममधले प्रश्न तुम्हाला माहीत असतील, तसलेच हेही प्रश्न होते. रे ओमरचं फॅरनहाइटमध्ये भाषांतर करून सांगण्यात मी प्रवीण झालो होतो. माझं टेम्प्रेचर एकशेतीनपर्यंत असावं. मुलाखत संपली, तेव्हा मला दोन पायांवर उभंही राहता येईना. माझ्यामागं रंगीत रुमालांची गाठोडी घेऊन बरेच लोक वाट बघत रांगेत उभे होते.

प्रश्नांची झोड संपल्यावर अंघोळीची वेळ आली. नव्यानं हॉस्पिटलमध्ये दाखल होणाऱ्या प्रत्येकाला या विधीतून जावं लागे. माझे सगळे कपडे काढून घेऊन मला पाच इंच ऊन पाण्यात बसवलं. थंडीनं कुडकुडत मी काही मिनिटं बसलो. मग मला रात्री घालायला लिनन शर्ट आणि आखूड असा निळ्या फ्लॅनलचा ड्रेसिंग गाऊन त्यांनी दिला. पायांत घालायला मात्र काही दिलं नाही. का? तर, माझ्या पायाला येईल, एवढं

मोठं त्यांच्या कोठीत काहीच नव्हतं. मी बाहेर उघड्यावर आलो. फेब्रुवारीतली रात्र. मला न्यूमोनिया झाला होता. मला जायचं होतं, तो वॉर्ड इथून दोनशे यार्ड दूर होता. हॉस्पिटलचं उघडं ग्राउंड ओलांडून तिथं जायचं. हातात कंदील घेऊन कोणी माझ्यापुढं धडपडत चालू लागलं. वाळू अंथरलेल्या पायाखालच्या वाटेवर दव गोठलं होतं आणि भन्नाट झोंबरा वारा नाइट-शर्ट फडफडवत होता. माझ्या उघड्या पोटऱ्या बडवल्या जात होत्या.

आम्ही वॉर्डमध्ये पोहोचलो, त्या क्षणी मला विलक्षण घरगुतीपणा जाणवला. का, ते मात्र कळलं नाही. या वाटण्याचं मूळ रात्री उशिरापर्यंत मला शोधूनही सापडलं नाही. हा वॉर्ड म्हणजे बुटकं, लांबुळकं, अंधारं दालन होतं. हळू आवाजातल्या बोलण्यानं भरून गेलेलं. चकित व्हावं, एवढ्या जवळ-जवळ टाकलेल्या खाटांच्या तीन रांगा होत्या. गू-घाण पण गोडूस असा वास सगळीकडे भरून होता.

मी खाटेवर पडलो. माझ्यासमोरच्या खाटेवर किरकोळ, वाटोळ्या खांद्यांचा, पिकल्या केसांचा पेशंट उघड्या अंगानं बसला होता. डॉक्टर आणि विद्यार्थी अशा दोघांनी त्याच्यावर काही विलक्षण असं ऑपरेशन केलं. डॉक्टरांनी आपल्या काळ्या बॅगेतून काचेचे डझनभर लहान पेले काढले. विद्यार्थ्यानं जळती काडी टाकून प्रत्येक पेल्यातली हवा नाहीशी केली. असा निर्वात काचपेला पेशंटच्या पाठीवर आणि छातीवर पालथा टाकल्यावर भला दांडगा पिवळा फोड त्या जागी तरारला. मग, काही वेळानं हे काय चाललं आहे, याचं भान मला आलं. जुन्या काळच्या वैद्यकीय पुस्तकातून 'कपिंग' म्हणून एक इलाज दिलेला असे, तो इथं चाललेला होता. पण माझ्या माहितीप्रमाणे हा इलाज घोड्यावर करण्यासाठी होता.

बाहेरच्या थंड हवेमुळं असेल, पण माझा ताप खाली आला असावा. ही वैदूगिरी मी काहीशा तटस्थपणे आणि काहीशा करमणुकीखातरही बघितली. नंतर डॉक्टर आणि विद्यार्थी यांनी आपला मोहरा माझ्याकडे फिरवला. त्यांनी मला खाटेवर बसायला लावलं आणि मघाशी पार पडलेला उपचार माझ्यावर सुरू केला. वापरलेले तेच पेले माझ्यासाठीही होते. मी मवाळपणे नकार देणारं काही बोललो; पण जनावराकडे करावं, तसं त्यांनी माझ्याकडे दुर्लक्ष केलं. खरं म्हणजे, त्यांच्या या अलिप्तपणानं मी फार प्रभावित झालो. सार्वजनिक हॉस्पिटलमध्ये उपचार करून घेण्याचा माझा हा पहिला अनुभव होता. पेशंटशी एक चकार शब्दही न बोलता त्याच्यावर उपचार करण्याची ही पद्धत मला अगदी नवी होती. मी त्यांच्या हिशेबातच नव्हतो.

माझ्याबाबतीत त्यांनी सहाच काचपेले वापरले. काढलेले फोड फोडले आणि पुन्हा काचपेले पालथे घातले. आता प्रत्येक पेल्यात मोठा चमचाभर गडद रंगाचं रक्त साठलं. मग खाटेवर लवंडायची परवानगी मिळाली. हा अघोरी उपचार माझ्यावर

झाल्यामुळं मी फार अपमानित झालो. किळस आली. भयही वाटलं. खाटेवर लवंडल्यामुळं वाटलं – चला, सुटलो! आता तरी कोणी मला त्रास देणार नाही. पण सुटका झाली नव्हतीच. आणखी एक उपचार बाकी होता – मोहरीचं पोटीस. अंघोळीप्रमाणे या उपचारातूनही सर्वांना जावं लागत असणार. दरम्यान दोघा नर्सबायांनी पोटीस तयार केलं होतंच. त्यांनी ते माझ्या छातीवर घट्ट बांधलं. शर्ट-पँटमधले काही जण वॉर्डमध्ये हिंडत होते. ते हळूहळू माझ्या खाटेभोवती जमा झाले. त्यांच्या चेहऱ्यांवर सहानुभूतीदाखल हसू होतं. पोटीस बांधलेल्या पेशंटचं निरीक्षण हा एक आवडता उद्योग आहे, हे मला पुढं कळलं. हे पोटीस पंधरा मिनिटं पेशंटला सोसावं लागतं. ज्याला बांधलंय त्याच्याखेरीज इतरांना बघायला ही गंमतच असते. कारण पहिली पाच मिनिटं विलक्षण वेदना होतात. पण वाटतं, एवढं सोसू आपण. पुढच्या पाच मिनिटांत हा धीर खलास होतो. बांधलेलं असतं पाठीशी, तिथपर्यंत हात पोहोचत नाहीत. हाच तो काळ. बघणाऱ्यांची करमणूक या वेळी होते. शेवटच्या पाच मिनिटांत एक प्रकारे संवेदना नाहीशीच होते.

पोटीस काढून टाकल्यावर बर्फानं भरलेली वॉटरप्रूफ उशी माझ्या मानेखाली सारली गेली. उपचार करणारे, बघणारे, नर्सबाया – सगळे निघून गेले. मी एकटा राहिलो. मला झोप आली नाही. एक मिनिटही झोप आली नाही, अशी ही आयुष्यातील एकमेव रात्र आहे.

'क्ष' इस्पितळात मी दाखल झाल्यावर पहिल्या तासात माझ्यावर अनेक उपचार झाले. खरं म्हणजे, इथं उपचार असे फारच थोडे केले जातात – बरे म्हणा, वाईट म्हणा. कुतूहलजनक असा किंवा विद्यार्थ्यांना उपयुक्त असा आजार जर तुम्हाला झाला असेल, तरच उपचार होतात.

सकाळी पाच वाजता नर्सबाया येतात, पेशंटना उठवतात. टेम्प्रेचर घेतात, मात्र अंग पुसून घेत नाहीत. तुम्ही जर हातीपायी धड असाल, तर स्नान करणं तुम्ही स्वत: उरकायचं किंवा शेजारच्या एखाद्या दयाळू पेशंटच्या दयाबुद्धीवर विसंबून राहायचं. बेडबॉटल्स आणि बेडपॅन हेसुद्धा पेशंटलाच स्वच्छ करावं लागतं. आठ वाजता न्याहारी येई. पातळ असं भाज्यांचं सूप, त्यावर तरंगणारे ब्रेडचे काही तुकडे, एवढंच.

काही वेळानं काळी दाढी असलेले गंभीर चेहऱ्याचे डॉक्टर राउंडला येत. त्यांच्या मागे विद्यार्थ्यांचा म्हणजे शिकाऊ डॉक्टरांचा घोळका असे. आमच्याच वॉर्डमध्ये साठ पेशंट होते. शिवाय दाढीवाल्या डॉक्टरांना इतर वॉर्डही बघावे लागत असणार. पुष्कळशा खाटा ओलांडून ते पुढं जात. पेशंटच्या विनवण्या-हाका उठत

राहत. उलट, विद्यार्थ्यांनी निरीक्षण करावं असा काही विशेष आजार तुम्हाला असला; तर मात्र तुमच्याकडे आवर्जून लक्ष दिलं जाई. मी फुफ्फुस-नलिकांना सूज असलेला रोगी असल्यामुळं माझ्या छातीला कान लावून आतले आवाज ऐकण्यासाठी विद्यार्थी रांग लावीत. काही-काही वेळा डझनभर विद्यार्थी असत. मी चकित होई. चकित अशासाठी की, काय या विद्यार्थ्यांची तीव्र ज्ञानलालसा! आणि पेशंट हाही मनुष्य आहे, या समजाचा केवढा हा अभाव. एखादा कोवळा पोर जेव्हा तपासायला पुढं येई, तेव्हा लहान मुलाला भारी किमतीचं यंत्र हाताळायला मिळताच तो जसा कापतो, थरथरतो; तसं त्यांचं होई आणि कानामागून कान पाठीला लागत. तरुणाचे कान, निग्रोचे कान, मुलीचे कान आणि नंतरचं बोटांनी ठोकून पाहणं. एकही जण तुमच्याशी चकार शब्द बोलत नसे, का तुमच्या डोळ्याला डोळा भिडवत नसे. मोफत उपचार करून घेणारा, नाईट शर्टचा युनिफॉर्म अंगावर असलेला पेशंट म्हणजे फक्त 'नमुना'. या वागण्याचा मला राग जरी आला नाही, तरी ते स्वीकारणं कधी जमलं नाही.

दिवस गेले. खाटेवर बसून आसपासच्या पेशंटकडे बघण्याएवढा मी प्रकृतीनं ठीकठाक झालो.

या कोंदट दालनात अरुंद खाटा अगदी जवळजवळ टाकलेल्या होत्या. इतक्या की, शेजारच्या पेशंटच्या हाताला हात लावता यावा. सांसर्गिक आजार सोडून सर्व आजार इथं होते.

तांबड्या केसांचा लहानखुरा चांभार माझ्या उजवीकडच्या खाटेवर होता. या माझ्या शेजाऱ्याचा एक पाय दुसऱ्या पायापेक्षा आखूड होता. वॉर्डमध्ये कोणी पेशंट मेला की, माझ्या शेजाऱ्याला सर्वांआधी ही बातमी कळलेली असे. मला शीळ घालून हा म्हणायचा, 'नंबर त्रेचाळीस!' आणि दोन्ही हात वर उडवायचा.

हा काही फार आजारी नव्हता. माझ्या नजरेच्या टप्प्यात असलेल्या खाटांपैकी बऱ्याच खाटांवर शोकांतिका किंवा भयनाट्य चाललेलं असे. माझ्या खाटेपासून अगदी जवळ एक काटुकळा पेशंट होता. बापडा कशानं आजारी होता, कोण जाणे. याचं सगळं शरीर एवढं नाजूक झालं होतं की, थोडी हालचाल केली, पांघरुणाचं ओझं अंगावर पडलं, तरी हा वेदनेनं कळवळायचा, ओरडायचा. याला सर्वांत जास्ती त्रास व्हायचा लघवीच्या वेळी. फार कष्टपूर्वक त्याला हा देहधर्म उरकावा लागे. बाटली घेऊन नर्स यायची. याच्या खाटेशेजारी उभी राहायची. घोड्याचे मोतद्दार घालत, तशी शीळ घालत ती वाट बघायची. अखेर हा किंचाळायचा, 'ज पिस्स!' आणि लघवीला सुरुवात व्हायची. हा मरेपर्यंत माझ्याशेजारी होता. मरायच्या

आधी त्याला दुसऱ्या जागी हलवल्यामुळं त्याचं मरण मी पाहिलं नाही. त्याच्या खाटेपलीकडे पांढऱ्या केसांचा पेशंट होता. हा जेव्हा-जेव्हा खोकायचा, तेव्हा-तेव्हा रक्ती बेडके थुंकायचा. माझ्या डाव्या बाजूला उंच, अशक्त असा तरुण पेशंट होता. काही मुदतीनं याच्या पाठीत सुई खपसून तपेलंभर फेसाळ द्रव काढला जाई. त्या पलीकडे अठराशे सत्तरच्या युद्धातला योद्धा मरू घातला होता. भेटायच्या वेळेत त्याच्याभोवती काळे कपडे घातलेल्या चार बाया, कावळे बसावेत तशा, बसून असत. माझ्या पलीकडच्या ओळीतल्या खाटल्यावर कोणी टक्कल पडलेला, ओघळत्या टोकवाल्या मिशांचा, सुजलेला पेशंट होता. त्याला कसला आजार होता, कोण जाणे; पण वरचेवर लघवी व्हायची. काचेचं मोठं भांडं सदोदित त्याच्या खाटेपाशी असायचं.

एके दिवशी बायको आणि मुलगी त्याला भेटायला आली. बाबांचा चेहरा आनंदानं उजळला. वीसएक वर्षं वयाची मुलगी दिसायला छान होती. ती खाटेशेजारी येताच ह्याचा पांघरुणाखालचा हात बाहेर येऊ लागला. मुलगी खाटेशेजारी गुडघे टेकून बसली होती. मला वाटलं, हे बाबा आता मुलीच्या डोक्यावर हात ठेवून शेवटचा आशीर्वाद देणार. पण, नाही. त्यांनी पांघरुणातून लघवी केलेली बाटली काढून ती मुलीला दिली. तिनं तत्परतेनं ती घेतली आणि काचेच्या मोठ्या भांड्यात रिकामी केली.

माझ्या खाटेपासून सुमारे डझनभर खाटा सोडल्यावर नंबर सत्तावन्न हा पेशंट होता. त्याला लिव्हर सिऱ्हॉसिस झाला होता. वॉर्डमधले सगळे जण ह्या पेशंटला ओळखत होते. कारण हा व्याख्यानाचा विषय झालेला होता. दाढीवाले, गंभीर चेहऱ्याचे डॉक्टर आठवड्यातून दोन दिवस विद्यार्थ्यांना जमवून व्याख्यान देत. सत्तावन्न नंबरला चाकवाल्या खुर्चीत बसवून वॉर्डच्या मध्यभागी आणलं जाई. नाइट-शर्ट वर करून त्याच्या पोटावरचा बाहेर लोंबणारा भाग डॉक्टर विद्यार्थ्यांना दाखवीत – मला वाटतं, बिघडलेलं लिव्हर – आणि गंभीरपणानं सांगत की, हा आजार दारुड्यांना होतो. ज्या-ज्या देशात वाईन पिणारे लोक आहेत, तिथं-तिथं हा आजार आढळतो. पेशंटकडं बघून हे डॉक्टर कधी हसले नाहीत. त्याच्याशी कधी दोन शब्द बोलले नाहीत. व्याख्यान चालू असताना ते रोगग्रस्त शरीर डॉक्टर आपल्या दोन्ही हातांत घेत. कधी हलक्या हातानं पुढं-मागं हलवत. सत्तावन्न नंबरला त्याचं काही वाटत नसावं. बराच काळ तो इथं असावा आणि अनेकदा व्याख्यानाच्या वेळी नमुना म्हणून त्याचा उपयोग होत असावा. पॅथॉलॉजिकल म्युझियममध्ये बाटलीत भरून ठेवायला त्याचं लिव्हर आतापासून हेरलेलं होतं. आपल्याबद्दल काय बोललं जात आहे, याच्याबद्दल नंबर सत्तावन्नला काही नसायचं. कुठं तरी नजर लावून तो गप्प पडून असे आणि एखादी पुराण-वस्तू दाखवावी, तसे डॉक्टर त्याला

दाखवत. हा पेशंट साठीच्या घरातला होता. पार सुरकतून गेलेला. त्याचा पांढरा चेहरा आक्रसून एखाद्या बाहुलीच्या चेहऱ्याएवढा झाला होता.

एक दिवस सकाळी नर्सबाया यायच्या आधी माझ्या चांभार शेजाऱ्यानं उशी ओढून मला जागं केलं. म्हणाला, 'नंबर सत्तावन्न' आणि त्यानं दोन्ही हात वरच्या दिशेनं उडवले. वॉर्डमध्ये थोडा उजेड होता. म्हातारा नंबर सत्तावन्न आपल्या खाटेवर चुरगाळल्यासारखा एका कुशीवर पडलेला होता. त्याचा चेहरा माझ्या दिशेला खाटेच्या कडेबाहेर आला होता. रात्री केव्हा त्याचा प्राण गेला, कुणाला कळलं नाही. नर्सबाया आल्या. तिऱ्हाईतासारखी ही वार्ता त्यांनी ऐकली आणि कामाला लागल्या. दोन-एक तासांनी मिलिटरीतले जवान यावेत, तशा दोघी नर्सेस जोडीनं आल्या आणि त्यांनी प्रेत चादरीत गुंडाळलं. ते उचलून न्यायला बराच उशीर लागला. दरम्यान खाटेवर एका अंगावर झालो आणि नंबर सत्तावन्नला मी नीट पाहून घेतलं. मेलेला युरोपियन माणूस मी पहिल्यांदाच पाहत होतो. या आधी मेलेली माणसं पाहिली होती; पण ती आशिया खंडातली आणि दंग्या-धोप्यात, अपघातात गेलेली. नंबर सत्तावनचे डोळे उघडेच होते. तोंड उघडं होतं. एवढ्याशा चेहऱ्यावर वेदना होती. विशेष वाटला तो चेहऱ्याचा रंग. याआधी फिकट वाटणारा चेहरा आता चक्क पांढराफट्ट दिसत होता. हा वाळकुंजा चेहरा टक लावून पाहत असताना माझ्या मनात आलं, 'अरे, ही शिसारी आणणारी वस्तू गाडीवर घालून विच्छेदनासाठी नेली नाही, म्हणून इथं पडलेली, हिलाच नाव आहे 'नैसर्गिक मरण'. हे यावं, म्हणून लोक परमेश्वराची प्रार्थना करतात. बरं का, तुलाही हेच येणार आहे. वीस, तीस... इथून पुढं चाळीस वर्षांनी. भाग्यवान असे जातात. म्हातारे होऊन मग जातात.'

मला वाटतं, जख्ख म्हातारं होऊन मरण्यापेक्षा दंग्या-धोप्यात मरावं. नैसर्गिक मरण म्हणजे सावकाश, वेदनामय, वासाळ मरण. तेही घरात आणि सार्वजनिक दवाखान्यात ह्यात फरक आहेच. हा बापडा नंबर सत्तावन्न! मेणबत्ती विझावी, तसा मेला. मरणवेळी याच्या बिछान्यापाशी कुणी बसून असावं, एवढ्या किमतीचाही हा नव्हता. हा नुसता एक आकडा होता – सत्तावन्न. वैद्यक शिकणाऱ्या विद्यार्थ्यांसाठी एक नमुना.

ह्या 'क्ष' हॉस्पिटलमध्ये खाटा अगदी जवळजवळ होत्या आणि आडोशासाठी स्क्रीन नव्हतेच.

सार्वजनिक हॉस्पिटलमध्ये ज्या भयानक गोष्टी पाहायला मिळतात त्या, जे लोक आपल्या घरातच मरण पत्करतात, त्या घरातून आपल्याला आढळणार नाहीत. पण काही आजार असे असतात की, ते गरीब लोकांनाच होतात आणि त्यांना सार्वजनिक हॉस्पिटलमध्ये जावं लागतं.

मी ‘क्ष’ हॉस्पिटलमध्ये पाहिलं, ते इंग्लंडमधल्या हॉस्पिटलमध्ये मात्र दिसणार नाही. तिथं आजाऱ्याला जनावरासारखं मरू देत नाहीत. मरू घातलेल्या आजाऱ्याशेजारी कोणी नाही, त्याबद्दल कुणालाच आपुलकी नाही; तो मेला रात्री, तरी सकाळपर्यंत कुणी दखल घेत नाही, असं घडत नाही. आणि, हॉस्पिटलमध्ये मरण पावलेलं आजाऱ्याचं प्रेत इतर पेशंटसमोर उघडं ठेवलेलं, तर तुम्हाला कधीही आढळणार नाही. मला आठवतं, एकवार कॉटेज हॉस्पिटलात जेवणाच्या वेळी एक पेशंट गेला. आम्ही सहा जण वॉर्डमध्ये होतो, तरी नर्सनी सगळं इतक्या शांतपणे उरकलं की, जेवण होईपर्यंत कोणीएक पेशंट गेला आणि त्याचं प्रेत हलवलं, याचा पत्ता आम्हाला लागला नाही. इंग्लंडमध्ये उत्तम शिक्षण मिळालेल्या, शिस्तीला रुळलेल्या नर्सची संख्या मोठी आहे; हे मात्र आपण ध्यानात घेतलं पाहिजे. रिपब्लिकन स्पेनमधल्या मिलिटरी हॉस्पिटलमध्ये टेम्प्रेचर कसं घेतात हे माहीत नाही, अशा नर्सही मला बघायला मिळाल्या. पण ‘क्ष’ हॉस्पिटलमध्ये दिसली, ती घाण इंग्लंडमध्ये दिसणार नाही. पुढं माझा मी बाथरूममध्ये जाऊन अंघोळ मात्र करू लागलो, तेव्हा तिथं मला भलं मोठं खोकं आढळलं. त्यात उष्टी-खरकटी आणि घाणेरडी फडकी टाकलेली होती आणि ती झुरळांनी गजबजलेली होती.

मी थोडा बरा होईपर्यंत थांबलो. माझे कपडे मला परत मिळाले. दोन पायांनी मी बळकट उभा राहू लागलो आणि ‘क्ष’ हॉस्पिटलमधून पळालो. डिस्चार्ज मिळण्याची वाट पाहिली नाही. मी केवळ हॉस्पिटल सोडून पळालो नाही; तिथली उदासीनता, नागडेपणा, तिथला वास या सर्वांपासून पळालो. पुढं एक-दोन वर्षांत मॅडम हनोद ही विख्यात ठग बाई रिमांडवर असताना आजारी पडली आणि ‘क्ष’ हॉस्पिटलात पाठवली गेली. काही दिवसांत रक्षकांना गुंगारा देऊन तिनं टॅक्सी पकडली आणि पुन्हा जेल गाठला. ती म्हणाली, ‘हॉस्पिटलपेक्षा इथं मी बरी आहे.’ त्या काळातसुद्धा फ्रेंच हॉस्पिटलचा नमुना म्हणून ‘क्ष’ हे हॉस्पिटल ओळखलं जात नव्हतं, हे मला ठाऊक आहे. पण कामगारवर्ग असलेले तिथले बहुसंख्य पेशंट या हॉस्पिटलात समाधानी होते. सकाळी पाचला जागं करून पाण्यासारखं सूप प्यायला तीन तास वाट पाहायला लावण्यात काही वावगं आहे, असं त्यांना वाटत नव्हतं. हॉस्पिटलं ही अशीच असणार. गरिबीचं जिणं असलं, तुमच्याजवळ औषधपाण्यासाठी पैसा नसला आणि तुम्ही फार आजारी पडलात; तर हॉस्पिटलमध्ये राहणं भागच आहे. आणि एकदा तिथं गेल्यावर, आर्मीत गेल्यावर जसं सगळं स्वीकारावं लागतं, तसं तिथलंही स्वीकारलं पाहिजे.

गेल्या पन्नास वर्षांत डॉक्टर आणि पेशंट या नात्यात मोठाच बदल झालेला आहे. एकोणिसाव्या शतकातल्या साहित्याकडं पाहिलं, तर हॉस्पिटल आणि जुना तुरुंग यात काही फरक नव्हता. हॉस्पिटल म्हणजे घाण, छळ, मृत्यू. एकोणिसाव्या

शतकातले डॉक्टर्स आणि हॉस्पिटलशी संबंधित असं केवढं तरी लेखन गोळा करता येतं. 'वॉर अॅन्ड पीस'मधलं फील्ड हॉस्पिटल, मेलाव्हिलच्या 'व्हाइट जॅकेट'मधलं अवयव-विच्छेदनाचं भयाण वर्णन. एकोणिसाव्या शतकातल्या इंग्रजी कथा-कादंबऱ्यांतल्या डॉक्टरांची नुसती नावं पाहिली, तरी ती जेवढी विनोदी आहेत, तितकीच भयाणही आहेत – श्लॅशर, कार्व्हर, सायर, फिलग्रेव्ह वगैरे.

टेनिसनच्या 'द चिल्ड्रेन हॉस्पिटल', ह्या कवितेमध्ये शस्त्रक्रियाविरोधी सूर दिसतो. क्लोरोफॉर्मच्या आधी शस्त्रक्रिया कशी होत असे, यासंबंधीचा हा पुरावा. जो पेशंट त्या धसक्यानं मरत नसे, तो गँगरीन होऊन मरे. अशी ऑपरेशन करणाऱ्यांच्या हेतूबद्दल शंका न घेणं कठीण. आजच्या काळातसुद्धा हेतूबद्दल शंका घ्यावी, असे डॉक्टर आहेतच की!

अगदी परवा-परवापर्यंत मोठ्या हॉस्पिटलमधून बधिर करणारं औषध न वापरता मोफत उपचार घेणाऱ्या पेशंटचे दात उपटले जात होते. पेशंट काही पैसे देत नाहीत, मग त्याला बधिर करणारं औषध कशासाठी? – अशी विचार करायची पद्धत होती. आता ते राहिलेलं नाही, तरी पण जुन्या काळाची आठवण पुसटशी तरी असतेच. बरॅक रूममध्ये किपलिंगचं भूत वावरतं. वर्कहाउस म्हटलं की, 'ऑलिव्हर ट्विस्ट' आठवतोच. महारोगी आणि इतर यांना राहायला, मरायला ठिकाण म्हणून हॉस्पिटलची सुरुवात झाली. गरिबांच्या प्रेतांचा उपयोग करून घेऊन वैद्यकी शिकणाऱ्या विद्यार्थ्यांना इथं उपयुक्त शिक्षण घेता येई. या इतिहासाची अंधूक सूचना हॉस्पिटलच्या उदास वास्तुशिल्पाकडून मिळते. इंग्लिश हॉस्पिटलातून मला मिळालेल्या वागणुकीबद्दल माझी काही तक्रार नाही. हॉस्पिटलपासून दूर राहा, असा इशारा माणसाला उपजत बुद्धीच देत असते. पब्लिक वॉर्ड तर नकोच. कायदा काय सांगतो, ते मला माहीत नाही; पण हॉस्पिटलमध्ये तुमच्यावर केल्या जाणाऱ्या उपचारावर तुमचा काहीही ताबा नसतो, हे ढळढळीत सत्य आहे. तुमच्यावर प्रयोग होणारच नाहीत, याची मुळात खात्री नाही. इथली शिस्त पाळा, नाही तर चालू लागा – असं सांगितलं गेलं, तर आपण स्वत:च्याच अंथरुणावर मरणं उत्तम आणि उठाउठी मरणं अति उत्तम. हॉस्पिटलमध्ये कितीही आपुलकी मिळो, तिथली तत्परता कितीही वाखाणण्याजोगी असो; तिथं येणाऱ्या मरणात काही क्रूरता असतेच. सांगायला क्षुद्र; पण अत्यंत वेदनामय असा व्रण मागे ठेवील, असा तपशील असतो. ही जागाच अशी असते. इथं आजारी लोक रोज अपरिचितांमध्ये मरून जात असतात.

अलीकडील काळात आपल्यासारख्यांच्या मनातून गेली असली, तरी 'क्ष' हॉस्पिटलसंबंधीची भीती अतिगरीब अशा लोकांमध्ये अद्यापही आहे. सुरुवातीला मी सांगितलं आहे की, 'क्ष' हॉस्पिटलमध्ये गेल्यावर हे वातावरण मला परिचित

वाटलं. एकोणिसाव्या शतकातल्या हॉस्पिटलची मला परंपरेनं जी माहिती मिळाली होती, तिच्यामुळंच हे वातावरण मला परिचित वाटलं. काळ्या रंगाचे कपडे घातलेले डॉक्टर, त्यांच्या हातातली बॅग किंवा हॉस्पिटलमधला विशिष्ट वास यांमुळं माझ्या खोल आठवणीतली टेनिसनची कविता वीस वर्षांनंतर वर आली असेल.

लहानपणी, आजारी आयाकडून 'दि चिल्ड्रेन हॉस्पिटल', ही टेनिसनची कविता मी मोठ्यानं वाचून घेतली होती. ही आया कामकरी बाई होती. जुन्या हॉस्पिटलमधलं भयाण वातावरण, दु:ख तिला परिचित असावं. कविता ऐकून आम्ही दोघंही थरारून गेलो होतो. पुढं मी सगळं विसरलो, कविताही विसरलो.

'क्ष' हॉस्पिटलमधलं अंधारं-कोंदट दालन, गवगव, अगदी जवळजवळ घातलेल्या पेशंटच्या खाटा हे पाहिल्यावर एकाएकी ती कविता, तिची कथा, ते वातावरण हे सगळं मला दुसऱ्या दिवशी रात्री आठवलं. कवितेच्या कित्येक ओळीसुद्धा आठवल्या!

∎

लेखन-मोबदला

२०

एकोणीसशे सेहेचाळीसमध्ये मी लेखनाला सुरुवात केली, तेव्हा कसलीही कौटुंबिक जबाबदारी माझ्यावर नव्हती. शिक्षणाला विराम मिळाला होता. घरचं पाहायला दोन मोठे भाऊ होते. वयानं वीस वर्षंही ओलांडलेली नव्हती.

लेखन करून त्याच्यावर पैसे कमवावेत, असं वाटणं वेडेपणाचंच होतं. ते कधी डोक्यात आलं नाही. चांगलं लिहावं, नामवंत मासिकांतून ते छापलं जावं; चारचौघांनी सुरेख, उत्तम म्हणावं – एवढं वाटायचं.

मी 'अभिरुची' मासिकात कथा लिहिल्या. 'अभिरुची'कडून कधी मोबदला यायचा. कधी 'सत्यकथे'कडून यायचा. (हा सात रुपये होता, असं आठवतं.) दिवाळी अंकात कथा आली की, जास्त पैसे मिळत! 'वडारवाडीच्या वस्तीत' ही माझी कथा 'नवयुग'च्या दिवाळी अंकात आली, तेव्हा मला चक्क पंचवीस रुपयांची मनिऑर्डर आली. पंचवीस रुपयांत तेव्हा पुष्कळसं काही विकत घेता यायचं.

लग्न करून बिऱ्हाड-बाजलं झाल्यावर कळलं की, लेखनावर उपजीविका करता येत नाही. मग नाइलाजानं मुंबई आकाशवाणीसाठी 'आबांची चंची' हे सदर लिहिलं,

'माणदेशी माणसं' मौज साप्ताहिकासाठी लिहिली. पुढं 'गावाकडील गोष्टी' लिहिल्या. चित्रपटकथा लिहिल्या. चित्रपटांचे संवाद सांगण्याची नोकरी केली. वर्तमानपत्रात नोकरी करून पाहिली. आणि फारच ओढाताण होऊ लागली, तेव्हा आकाशवाणीत प्रोड्यूसर म्हणून नोकरी पत्करली.

मी जेव्हा लिहायला लागलो, तेव्हा लेखनावर चरितार्थ चालवणं कठीण होतं. आज ते तसं आहे का; मला माहीत नाही. कारण आता लेखकांना नवनवी क्षेत्रं उपलब्ध झाली आहेत. चित्रपट, नाटक, टीव्ही; शिवाय शासनाकडून आणि खासगी संस्थांकडून पारितोषिके मिळतात. चांगला, कष्टाळू लेखक सुखवस्तू होऊ शकतो. परदेशात तर आज लेखक हा श्रीमंतवर्गात मोडला जातो. एखादी कादंबरी बेस्ट सेलर ठरली की, लेखकाला धो-धो पैसे मिळतात. तिथला लेखक जगभर प्रवास करू शकतो. बेट, बोट किंवा गढी विकत घेऊ शकतो. त्याला अफाट पैसा मिळतो, अफाट प्रसिद्धीही मिळते.

'ॲनिमल फार्म', 'नाइन्टीन एटीफोर' या कादंबऱ्यांचा लेखक जॉर्ज ऑर्वेल ह्याला प्रसिद्धी मिळाली. अफाट पैसा मिळाला, असं दिसत नाही.

'हाऊ दि पुअर डाय', 'हॉप पिकिंग', 'दि स्पाईक' हे त्याचे ललित निबंध वाचल्यावर त्यानं कोणकोणत्या स्तरातील जीवन अनुभवलं, ते कळतं. एकोणीसशे सेहेचाळीसमध्ये 'होरायझन' या नियतकालिकानं अनेक नामवंत लेखकांना सहा प्रश्न विचारले होते. हे प्रश्न आणि जॉर्ज ऑर्वेलनं त्यांना दिलेली उत्तरं अशी होती –

आपला चरितार्थ चालवण्यासाठी लेखकाला किती मिळकत आवश्यक आहे?

पैशाची आजची किंमत लक्षात घेऊन विवाहित माणसाला आठवड्याला दहा पौंड आणि अविवाहिताला सहा पौंड लागतील, असं मला वाटतं. लेखकाची चांगली वार्षिक मिळकत, म्हणजे एक हजार पौंड. एवढ्या पैशात तो आरामात राहील. देणेकऱ्यांचे तगादे, पैशासाठी काही किरकोळ खरडून छापायला देणं, हे टळेल. शिवाय आपण आता सधनवर्गात आलो, अशीही त्याची भावना होणार नाही. लेखकाच्या काही आवश्यक गरजा असतात. सुताराला पटाशी, किकरं असली हत्यारं लागतात; तशी याला लिहीत बसायला खोली लागते. ती उबदार असावी. कुणाचा व्यत्यय न येता इथं लिहीत बसता यावं. ही अपेक्षा काही मोठी नाही. तरी पण हिशेब केला, म्हणजे कळतं की, एवढं असायलाही मिळकत मोठी हवी. लेखक आपल्या घरात लिहू लागला, तरी त्याला सतत अडथळे आणले

जातात आणि अडथळे थांबविण्यासाठी खर्च करावा लागतो – मग तो प्रत्यक्ष असो किंवा अप्रत्यक्ष. याखेरीज लेखकमाणसाला वाचायला बरीच पुस्तकं आणि नियतकालिकं लागतात. कागदपत्रं ठेवायला फाईल आणि फायली ठेवायला कपाटं लागतात. कपाटं वगैरे ठेवायची, म्हणजे जागा पाहिजेच. पत्रव्यवहारातही बराच खर्च होतो. लेखकाला काही प्रमाणात तरी सेक्रेटरीची मदत घ्यावी लागते. प्रवास करणं, हे लेखनाच्या दृष्टीनं त्याला फायदेशीर होतं. आणि आजूबाजूला त्याच्या दृष्टीनं चांगलं वातावरण आहे, अशा ठिकाणी राहावं लागतं. आवडीचं खाणंपिणं लागतं. मित्रांना जेवायला बोलावणं, ठेवून घेणं, हेही आवश्यक असतं; आणि ह्या सगळ्याला पैसा लागतो. खरं तर, आदर्श म्हणजे सर्व मनुष्यप्राण्यांची मिळकत सारखी असावी आणि ज्याला 'चांगली' म्हणता येईल, एवढी असावी. पण जोपर्यंत हे होत नाही, तोपर्यंत लेखकाची स्थिती मध्यम तरी असावी. म्हणजे आजच्या आर्थिक स्थितीत त्याला वर्षभर एक हजार पौंड मिळावेत.

व्रत म्हणून लेखन करणाऱ्या लेखकाला लेखनावर ही मिळकत मिळवता येईल का? कशी?

नाही. ग्रेट ब्रिटनमध्ये काही शेकडा भरतील, इतके लेखकच केवळ लेखनावर उपजीविका करतात आणि हे बहुतेक डिटेक्टिव्ह कथा लिहिणारे आहेत.

नाही तर मग चरितार्थासाठी लेखकानं दुसरा कोणता व्यवसाय करावा?

सर्व वेळ ज्यात खर्ची घालावा लागणार नाही, असा लेखनकलेशी संबंध नसलेला व्यवसाय करणं हिताचं होईल. मला वाटतं, तो सुखकारकही असावा. बँकेतला कारकून किंवा विमा-एजंट कामावरून संध्याकाळी घरी जाऊन पुढं लेखन करेल का? तसंच शिकवणं, रेडिओवरून ध्वनिक्षेपित करणं किंवा ब्रिटिश कौन्सिलसारख्या संस्थांसाठी प्रचारसाहित्य तयार करणं, यासाठीही फारच कष्ट पडतील.

इतर व्यवसायांत उत्साह खर्ची टाकल्यानं लेखकाचा तोटा होतो, का त्याला पोषण मिळतं?

जर हा सगळा उत्साह खर्ची पडला नाही, सगळा वेळही खर्च करावा लागला नाही; तर फायदा होईल. कारण सामान्य जीवनाशी काही संबंध आला पाहिजेच. एरवी, लेखकानं कशाबद्दल लिहावं?

सरकार किंवा इतर संस्था ह्यांनी लेखकांसाठी अधिक काही केलं पाहिजे का?

सरकारनं सार्वजनिक ग्रंथालयांसाठी पुस्तकं खरेदी करण्यात जास्ती पैसे खर्च करावेत. आपण पूर्णत: समाजवाद आणणार असू, तर लेखकांचा सांभाळ शासनानंच करायला हवा. चांगलं वेतन मिळणाऱ्यांत त्यांचा समावेश झाला पाहिजे. आपली अर्थव्यवस्था जोपर्यंत आज आहे तशी – म्हणजे शासनानं चालवलेले उद्योग आहेत, आणि भांडवलदारांचे खासगी उद्योगही आहेत – अशा वेळी लेखकानं एका बाजूला राहणंच त्याच्या हिताचं आहे. आश्रय देणाऱ्या संस्थांच्या हाती वेसणही राहतेच. आश्रयदाता कोणी एक धनवान असला, तर दूर राहणंच बरं. लोक हेच बरे आश्रयदाते असतात. तूर्त तरी ब्रिटिश लोक पुस्तकावर जास्ती खर्च करणार नाहीत. गेल्या वीस वर्षांत सामान्य वाचक वाढले आहेत, हे जरी खरं असलं, तरीही ब्रिटिश नागरिक वाचनावर साधारणपणे वार्षिक एक पौंड खर्च करतो आणि तंबाखू-अल्कोहोलवर पंचवीस पौंड खर्च करतो.

ह्या बाबतीत तुम्ही स्वत: शोधून काढलेला मार्ग तुम्हाला समाधानकारक वाटतो का? केवळ लेखनावर उपजीविका करण्याची उमेद बाळगणाऱ्या तरुणांसाठी तुम्ही काही सल्ला द्याल?

मी समाधानी आहे. गेली काही वर्षं नशिबानं मला हात दिला आहे. सुरुवातीला मला बरीच धडपड करावी लागली आणि त्या काळात लोकांनी दिलेला सल्ला मानला असता, तर मी लेखक कधीही झालो नसतो. अगदी अलीकडेसुद्धा मन:पूर्वक केलेलं माझं लेखन छापलं जाऊ नये, असा निकराचा प्रयत्न चांगल्या-चांगल्या लोकांकडून झाला आहे. आपल्या अंगी काही आहे, याची जाणीव असलेल्या तरुण लेखकांना माझं सांगणं आहे की, त्यांनी कुणाचा सल्ला घेऊ नये. हां, मिळकतीच्या बाबतीत मी काही सूचना देईन; पण ज्यांच्यापाशी काही कौशल्य नाही, अशांना त्यांचा काहीही उपयोग होणार नाही. एखाद्याला केवळ लेखन करूनच उपजीविका करायची असली; तर रेडिओ, चित्रपट कंपन्या इत्यादी माध्यमे उपयोगाची आहेत. पण, कुणाला व्रती लेखक व्हायचं असेल, तर आपल्या समाजात तो घरचिमणीसारखा प्राणी असेल. घरचिमणी खपवून घेतली जाते, पण तिला उत्तेजन मिळत नाही. आपण कुठं आहोत, ह्याची जाण माणसाला सुरुवातीपासूनच असली म्हणजे बरं असतं. ■

२१

तिसरा प्रहर. आम्ही एकूण एकोणचाळीस होतो. अडतीस पुरुष आणि एक स्त्री. दार उघडायची वाट बघत सगळे जण हिरवळीवर पडलो होतो. थकून गेल्यामुळं कुणी कुणाशी फार बडबडतही नव्हतं. मळलेल्या थोबाडानं, हातानं वळलेल्या सिगारेटी तोंडात ठेवून पसरलो होतो. डोक्यावर चेस्टनटच्या फांद्या मोहोरानं लहडल्या होत्या. त्यापलीकडं आभाळात लोकरी ढग होते.

सागरकिनाऱ्यावर टाकलेल्या रिकाम्या डबड्यांसारखे, चुरगाळून टाकलेल्या कागदी पिशव्यांसारखे खालच्या हिरवळीवरचे आम्ही अस्ताव्यस्त पडलो होतो.

क्वचित संभाषण होत होतं, ते इथल्या ट्रॅम्प मेजरसंबंधी. तो सैतान आहे, जुलमी आहे, ओरड्या आहे, निंदक आहे, चिक्कू आहे – ह्याला सगळ्यांनी मान हलवली. ह्या मेजरपुढं कुणाचं काही चालत नाही. तो आला की, तुमची धडगत नाही. नुसतं उलट बोलला, म्हणून त्यानं भर मध्यानरात्री कित्येक भटक्यांना लाथ घालून बाहेर हाकललं होतं. झडती घ्यायच्या वेळी, तर हा माणसाला खाली डोकं वर पाय करून त्याचा खुळखुळा वाजवतो. जर का तुमच्याजवळ

तंबाखू सापडली, तर मेला चीत. मोठ्ठा दंड झालाच. आणि जर पैसा सापडला तुमच्याजवळ, तर देवसुद्धा तुमचा नाही.

माझ्याजवळ आठ पेन्स होते. सगळ्या अनुभवी भटक्यांनी मला विनवलं, ''दोस्त, ही ब्याद घेऊन आत नको जाऊस. आठ पेन्स घेऊन गेलास, म्हणून सात दिवस आत बसशील.''

मी कुंपण्यातल्या बिळात माझे पैसे पुरून ठेवले. खुणेसाठी वर गारगोटी ठेवली. आता गुल-काड्या आणि तंबाखू ह्यांचा काळाबाजार करणं आलंच. कारण ह्या वस्तू जवळ ठेवून सगळ्यांनाच स्पाईकमध्ये जाण्यास मनाई होती. दरवाज्यावर ह्या वस्तू द्याव्या लागत. मग आम्ही ह्या वस्तू पाायमोज्यात दडवल्या. पण आमच्यातल्या सुमारे वीस टक्के भटक्यांना पायमोजे नव्हतेच. त्यांना बुटांतून तंबाखू दडवावी लागली. तंबाखू-काड्यापेट्यांनी मोजे एवढे फुगवले की, बघणाऱ्याला वाटावं – हत्तीरोगाची साथ आली की काय?

कितीही कडक ट्रॅम्प मेजर असला, तरी अलिखित कायद्यानुसार त्याला गुडघ्याखाली झडती घेताच येत नव्हती. सगळ्यात शेवटी मात्र एक स्कॉटिश भटक्या सापडला. ऐन वेळी त्याच्या मोज्यानं दगा दिला आणि सिगारेटची थोटकं भरलेलं डबडं खाली पडलं. त्याला अधिकाऱ्यानं ताब्यात घेतलं.

सहा वाजता दरवाजा उघडला. आम्ही आत शिरलो. दरवाज्याशी बसलेल्या अधिकाऱ्यानं आमची नावं, गावं, माहिती रजिस्टरात नोंदली. आमच्याजवळची गठुळी ताब्यात घेतली. आमच्यातल्या बाईला त्यांनी वर्कहाउसमध्ये पाठवली. आम्हाला स्पाईकमध्ये ठेवून घेतलं. भिंतींना चुना फासलेली ही जागा उदास, गारठ्यानं भरलेली होती. आत एक न्हाणीघर, एक जेवणघर आणि शंभरावर दगडी कोठ्या होत्या. तो सैतानी ट्रॅम्प मेजर आम्हाला दारातच भेटला. त्यानं सगळ्यांना न्हाणीघरात कोंबलं. इथं अंगावरचे कपडे काढून आमची झडती घ्यायची होती.

ट्रॅम्प मेजर हा आडदांड असा चाळिशीतला माणूस होता. भटक्यांना तो गुरं-मेंढरांसारखं वागवत होता. इकडं-तिकडं ढकलत होता. अंगावर ओरडत होता. गुरकावत होता. माझ्याजवळ आला. माझ्याकडे रोखून बघत म्हणाला, ''तू जंटलमन दिसतोस?''

''हो. मला वाटतं, मी आहे.''

पुन्हा त्यानं एकटक माझ्याकडे बघून घेतलं. म्हणाला, ''नशीब म्हणायचं आपलं! काय?''

मग त्याच्या मनानं घेतलं की, ह्याला दयेनं वागवायचं. दयेनं आणि काहीशा आदरानं.

न्हाणीघरातला देखावा किळस आणणारा होता. भटक्यांनी आत घातलेल्या

कपड्यांवरचं किटण, त्याला पडलेली भोकं, लावलेली ठिगळं, बटणाची नड भागवण्यासाठी वापरलेले दोऱ्याचे तुकडे – सगळं उघडं पडलं. एकावर एक अशी चढवलेली सगळी लक्तरं उतरवावी लागली. उघड्यावाघड्यांची गर्दी उसळली. काहींनी अंघोळ केली नाही, पावलांना गुंडाळलेली फडकी तेवढी धुतली. प्रत्येकाला अंघोळीसाठी तीन मिनिटं वेळ मिळाला. एवढ्या सगळ्यांसाठी अंग पुसायला फक्त सहा रोलर टॉवेल होते.

अंघोळी झाल्यावर आमच्या अंगावर होते, ते कपडे घेऊन त्याऐवजी अर्ध्या मांड्यांपर्यंत लांब असे सुती कापडाचे, राखी रंगाचे वर्कहाउस शर्ट घालायला दिले आणि आम्हाला जेवणघरात नेलं. तिथं रात्रीचं जेवण तयार होतं. जेवण सकाळचं, दुपारचं, रात्रीचं कोणतंही असो; पदार्थ तेच असतात. अर्धा पौंड ब्रेड, थोडंसं वनस्पती लोणी, आणि एक पाईंट चहा नावाचं गरम पाणी. हे वाईट जेवण पाच मिनिटांत गिळून झाले. नंतर ट्रॅम्प मेजरने आम्हाला प्रत्येकी तीन-तीन ब्लँकेट्स दिली आणि कोठ्यांतून नेऊन कोंबले. दारं बंद करून बाहेरून कुलपे घातली, म्हणजे बारा तास आतच. संध्याकाळी सातला दारे बंद झाली.

कोठी आठ बाय पाचची होती. उजेड नाही. फक्त भिंतीला उंचावर एक खिडकी आणि पुढच्या दाराला बाहेरून नजर ठेवायला भोक. ढेकूण नव्हते. झोपायला खाट आणि गवती गदेला होता. म्हणजे चैनच. बऱ्याच स्पाईकमध्ये झोपायला लाकडी शेल्फं असतात. काही स्पाईकमध्ये आपल्या कोटाची घडी उशाला घेऊन खाली जमिनीवरच झोपावं लागतं.

मला एकट्याला कोठडी आणि खाट मिळाली, तेव्हा वाटलं, आता छान झोप काढू. पण नाही मिळाली. प्रत्येक स्पाईकमध्ये काही ना काही खोड असतेच. इथं गारठा होता. मे महिना सुरू झाला होता आणि नळ्यातून पुरवलेला उष्ण वाफेचा पुरवठा अधिकाऱ्यांनी बंद करून टाकला होता. सुती ब्लँकेटं काही कामाची नव्हती. रात्र काढायची, म्हणजे सारखं ह्या अंगावरनं त्या अंगावर व्हायचं. दहा मिनिटं डोळा लागायचा आणि जाग आल्यावर कळायचं की, आपण अर्धेमुर्धे गारठून गेलो आहोत. मग, उजाडतं कधी, ह्याची वाट बघत राहायचं.

उठायची वेळ आली, तेव्हा मी नेहमीप्रमाणं थोडंसं झोपून घेतलं होतं. व्हरांड्यात पाय वाजवत ट्रॅम्प मेजर कुलपं उघडत आरडाओरडा करत आला. न्हाणीघरात जाणाऱ्यांची दंगल उसळली. तिथं पाण्यानं भरलेलं फक्त एक पिंप होतं. मी गेलो, तेव्हा वीस भटक्यांनी तोंड धुतली होती. पाण्यावरचा काळा तवंग बघितला आणि दिवसभर पारोसं राहण्याचा निर्णय मी घेतला.

घाईनं आम्ही कपडे केले आणि न्याहारीसाठी जेवणघरात गेलो. फौजी डोक्याच्या ट्रॅम्प मेजरनं रात्री ब्रेड कापून ठेवला होता. त्यामुळं तो भलताच कठीण झाला होता.

गारठ्यामुळं रात्री झोप नव्हती. गरम चहा बघून फार आनंद झाला. खरंच, चहा नाही मिळाला, तर ट्रॅम्पचं काय बरं होईल? चहा हे त्यांचं अन्न असतं. चहा हे त्यांचं औषध असतं. चहा हा सगळ्या व्याधींवर रामबाण उपाय असतो. दिवसात ढोसला जाणारा अर्धा गॅलन चहा नाही मिळाला, तर ट्रॅम्पला जीवन असह्य होईल. न्याहारी उरकल्यावर आम्हाला वैद्यकीय तपासणीसाठी पुन्हा एकवार उघडं व्हावं लागलं. देवी रोगाच्या निर्मूलनासाठी ही खबरदारी घेतली जात होती. पाऊण तास वाट बघितल्यावर डॉक्टर आले. उघड्या अंगानं आम्ही दोन रांगा करून जाण्या-येण्याच्या मधल्या वाटेवर उभे होतो. निळसर असा थंड उजेड निर्दयपणे आमची शरीरं ठळक करून दाखवत होता. भकाळ्या गेलेल्या पोटाची अक्करमाशी कुत्री दिसत होतो आम्ही. वाढलेली झिप्री डोस्की, केसाळ अंगं, सुरकुतलेली तोंडं, डबरी पडलेल्या छात्या, सपाट पावलं अन् ओघळलेली शरीरं... दोघं-तिघं माझ्या लक्षात राहिले. म्हातारा डॅडी – वय वर्षं चौऱ्याहत्तर. त्याची मरतुकडी अंगलट आणि त्याचे सदा ओले असे तांबडे डोळे. विरळ दाढी आणि गालांचे कोनाडे. हा जुन्या चित्रातील लाझारसच्या प्रेतासारखा दिसे. फिदीफिदी हसत इकडं-तिकडं हिंडे. ह्याची पँट वरचेवर घसरून खाली येई, नागवा दिसे, म्हणून हा खूश असे. पण, ह्याच्यापेक्षा बरे, असे आमच्यात फार थोडे लोक होते. चांगल्या शरीराचे असे दहा जणसुद्धा निघाले नसते. हॉस्पिटलमध्ये राहावेत, असेच आमच्यातले अर्धे-अधिक होते.

रविवारचा दिवस होता. दुसऱ्या रविवारपर्यंतच आम्हाला इथं राहायला मिळणार होते. डॉक्टर गेले आणि आम्हाला हाकून जेवणघरात घातल्यावर दारं बंद झाली. भिंतींना पांढरा रंग होता. जमीन फरशीची होती. देवदारी फळ्यांची बाकं, टेबलं ह्यामुळे आणि तुरुंगाच्या वासामुळे ही जागा भयाण वाटत होती. खिडक्या फार उंच होत्या. त्यातून बाहेर बघणे शक्यच नव्हते. ही जागा सुशोभित करील, असा एक बोर्ड होता. त्यावर नियम लिहिलेले होते; आणि नियमभंग करणाऱ्याला भयाण दंड सांगितले होते. आम्ही ह्या खोलीत एवढी दाटी केली होती की, शेजाऱ्याला कोपर लागल्याशिवाय हलताच येत नव्हते. सकाळचे आठ वाजले नाहीत, तोवरच आम्ही ह्या बंद खोलीत कंटाळून गेलो. बोलायचं तरी काय? त्याच नेहमीच्या गोष्टी. कोणता स्पाईक चांगला आहे आणि कोणता वाईट आहे, कोणत्या परगण्यात दानधर्म आहे आणि कुठं नाही, पोलिसांकडून होणारा अन्याय – हे विषय वगळून भटक्यांना बोलता येतच नाही. त्यांच्यात संभाषण होत नाही. भुकेल्या पोटी कल्पना सुचत नाहीत. रोजच्या जगण्यातच ते गुंतलेले असतात. पुढील जेवणाची शाश्वती नसते आणि म्हणूनच जेवणाशिवाय इतर विचार मनात येत नाहीत.

दोन तास सरले.

धनुकलीसारखी वाकलेली पाठ भिंतीला टेकवून म्हातारा डॅडी गप्प बसला होता. त्याच्या डोळ्यांतून पाणी ओघळत होते. म्हातारपणाने त्याला मुके केले होते. पाठीवर बांधायची धोकटी रस्त्यावर हरवली म्हणून तोंडावर टोपी घेऊन झोपणारा भटक्या जॉर्ज सारखा चरफडत होता. चोरटा बिल स्पाईकमध्ये येऊन बारा तास झाल्यावरही त्याच्या तोंडाचा बिअरचा वास गेला नव्हता. हा आपल्या चोरीच्या, पिण्याच्या आणि एकानं आपल्याला पोलिसात कसं दिलं अन् सात दिवस कसे आपण आत बसलो, असल्या गोष्टी सांगत होता. नॉर्थफोकचे दोन कोळी विल्यम आणि फ्रेड ह्यांनी एक उदास गीत ऐकवलं. कोणी एका बेला नावाच्या स्त्रीची फसवणूक झाली आणि ती हिमवर्षावात कशी मेली, ते सांगितलं. असा वेळ गेला. भाषणे, अभद्र बोलणे – सगळेच कंटाळा आणणारे. एक स्कॉटी सोडला, तर सगळे धूर काढत होते. स्कॉटीची थोटकं जप्त झाली होती आणि धूर काढायचे साधन नाही, म्हणून तो अगदी हैराण झाला होता. मग मी त्याला सिगारेट वळून दिली. ट्रॅम्प मेजरची पावलं वाजली, तेव्हा शाळेतली पोरं ओढतात, तशी आम्ही चोरून सिगारेट ओढली. कारण सिगारेट ओढणे, ह्या प्रकाराला स्पाईकमध्ये बंदी होती. अर्थात नियमानुसार. सगळ्याच भटक्यांना ह्या भयाण खोलीत दहा तास घालवावे लागत. बापडे कसे काढत असतील ते दहा तास, देव जाणे. मला वाटते, कंटाळा हे भटक्यांच्या आयुष्यातले अतिशय मोठं दु:ख असते. भुकेपेक्षाही मुळीच आराम न मिळणं हे ह्यापेक्षाही मोठं. एवढंच काय, आपण समाजापासून वाळीत टाकले गेलो आहोत, ह्या सततच्या जाणिवेपेक्षाही मोठं. अडाणी माणसाला काहीही करू न देता, एका जागी बांधून ठेवणं, हे फारच निर्दयपणाचं आहे. म्हणजे कुत्र्याला एखाद्या मोकळ्या पिंपात साखळी लावून डांबावं, तसा प्रकार. सुशिक्षित माणूस विचारपूर्वक स्वत:ला शांत करू शकतो. एकांतात डांबलं, तरी ते धकावून नेऊ शकतो. भटक्यांपैकी सगळे अशिक्षितच असतात. आपल्या वाट्याला आलेल्या दारिद्र्याला कोऱ्या, युक्तिहीन मनानं सामोरे जातात. दहा तास बाकड्यावर बसून राहण्याचा प्रसंग गुदरल्यावर त्यांना काही वाट सापडत नाही. स्वत:च्या नशिबाला दोष लावणं आणि झुरणं एवढं करतात. काही न करता स्वस्थ राहणं, ह्या अवस्थेतली भयाणता सोसणं त्यांच्या ताकदीपलीकडचं असतं. मग बापडे कंटाळ्याच्या यातना भोगतात.

मी इतरांपेक्षा नशीबवान ठरलो. दहा वाजता ट्रॅम्प मेजरनं मला वर्कहाउसमधल्या स्वयंपाकघरात काम दिलं. पण काम असं काही नव्हतंच. वर्कहाउसमधल्या प्रार्थनाचुकार भिकाऱ्यांबरोबर मी सटकलो आणि बटाटे साठवणीसाठी उपयोगात आणलेल्या छपरात दडलो. तिथं बसायला आरामशीर खोकी होती, पेटलेली शेगडी होती. वाचायला 'फॅमिली हेरल्ड'चे जुने अंक होते. म्हणजे, स्पाईकपुढं हे नंदनवनच होते.

वर्कहाउसमधून मला जेवण मिळाले. मी आजवर खाल्लेल्या जेवणातले सर्वांत मोठं असे. भटक्याला एवढं जेवण स्पाईकमध्ये किंवा इतरत्र वर्षातून दोन वेळाही दिसत नाही. भिकारी मला म्हणाले, आम्ही रविवारी बक्कळ खाऊन घेतो आणि सहा दिवस भूक मारतो. जेवून झाल्यावर स्वयंपाक्याने मला भांडी धुवायला सांगितली. म्हणाला, "उरलेले अन्न फेकून दे." कोणीही चकित व्हावे, एवढं अन्न उरले होते. चिक्कार बश्या भरून सागुती, घंगाळभर ब्रेड, तेवढीच भाजी; पाच कचराकुंड्याभर चांगलं अन्न टाकावं लागलं आणि तिकडे दोनश यार्ड अंतरावर माझे भटकेबांधव स्पाईकमधला ब्रेड आणि चहा पोटात ढकलून अर्धपोटी राहिले होते. फार तर रविवार म्हणून उकडलेले दोन थंड बटाटे त्यांना मिळाले असतील. मुद्दामच हे उरलेले अन्न भटक्यांना न देता फेकून दिले जात असावे. ही पॉलिसी असावी.

तीन वाजता वर्कहाउसचे स्वयंपाकघर सोडून मी परत स्पाईकमध्ये गेलो. गर्दीने उतू जाणाऱ्या त्या खोलीतला कंटाळा आता असह्य वाटत होता. धूर काढायलाही आता काही साधन उरलेलं नव्हतं. सिगारेटच्या थोटकांशिवाय भटक्यांना काही मिळत नाही; आणि थोटकं वेचली, तर मिळतात. गुरांना चरण्यासाठी सोडलं नाही, तर ती उपाशी राहतात; तसे भटके जर फुटपाथवर हिंडले नाहीत, तर त्यांना ओढायला काही मिळत नाही.

वेळ घालवावा, म्हणून मी एका अनुभवी भटक्याबरोबर गप्पा मारल्या. हा वयानं तरुण होता. कॉलर आणि टायवाला होता. सुतारकामासाठी लागतात ती हत्यारं जवळ नाहीत, म्हणून आपण रस्त्यावर आलोय, असं तो म्हणाला. इतर भटक्यांपासून हा बाजूला असे. कुणाला बांधील नसल्यासारखा वागे. त्याला साहित्याची आवड होती. स्कॉटची एक कादंबरी त्याच्यापाशी सतत असे. आपण नाइलाजाने केवळ भुकेपोटी स्पाईकमध्ये येतो; एरवी कुंपणाआड, गंजीआड झोपणं पसंत करतो, असं हा म्हणाला.

आम्ही रस्त्यावरच्या जिण्यावरही बोललो. भटक्याला दिवसातले चौदा तास स्पाईकमध्ये घालवावे लागतात आणि उरलेले दहा तास चालण्यात, पोलिसांना चुकविण्यात जातात, यावर त्यानं फार टीका केली. तो म्हणाला, "आता माझंच बघ. सुतारकामाची हत्यारं घ्यायला पैसे नाहीत, म्हणून इथं राहायचं. मूर्खपणाच आहे."

मग मी वर्कहाउसच्या स्वयंपाकघरातल्या अन्नासंबंधी त्याला सांगितलं. ते किती वाया जातं, मला काय वाटतं वगैरे. त्याबरोबर त्यानं चाल बदलली. म्हणाला, "ते बरोबरच आहे. हे ठिकाण जर सुखाचं केलं, तर अशा लोकांचे घोळके इथं ओततील. इथं वाईट अन्न असतं, म्हणून फार गर्दी होत नाही. हे भटके फार आळशी असतात. त्यांना काम करायला नको. त्यांना प्रोत्साहन नको मिळायला."

मी पटवून द्यायला लागलो; पण तो मुळीच ऐकून घेईना.

"तू या भटक्यांना दया नको दाखवूस. गाळ लेकाचे, निव्वळ गाळ! तुझ्या-माझ्यावरून त्यांना नको मोजूस. आपली इयत्ता वेगळी आणि ते वेगळे."

किती सूक्ष्मपणे त्यानं स्वत:ला भटक्यांपासून अलग केलं होतं, हे बघण्यासारखं होतं. हा स्वत: सहा महिने रस्त्यावरच होता; पण स्वत:ला भटक्या मानायला तयार नव्हता. तो शरीरानं स्पाईकमध्ये असेल; पण मनानं मात्र मध्यमवर्गीय शुद्ध वातावरणात होता.

घड्याळाचे काटे सावकाश पुढं सरकत होते. आता सगळ्यांना बोलण्याचाही कंटाळा आला होता. फक्त जांभया आणि शिव्या ऐकू येत होत्या. घड्याळाच्या काट्यांवरची नजर काढून अनंत काळ लोटला, असं वाटायला लागल्यावर पुन्हा घड्याळाकडं बघावं; तर फक्त तीन मिनिटं गेलीत, हे कळायचं. चार वाजले आणि रात्रीचं जेवण सहाशिवाय नाहीच. आणि आता करावं, असं काहीही राहिलेलं नव्हतं.

अखेर सहा वाजले एकदाचे. ट्रॅम्प मेजर आणि त्याचे सहकारी जेवण घेऊन आले. खाणं आलं की, जांभया देणारे सिंह हुशार होऊन बसतात, तसे भटके बसले.

पण जेवणानं फार निराशा केली.

सकाळचा कडक ब्रेड आता खाण्यालायक राहिला नव्हता. भक्कम जबडा असलेल्यांनासुद्धा त्यात दात रोवता आले नाहीत. म्हाताऱ्यांनी काहीच खाल्लं नाही. सगळे जण भुकेले होते, पण पुढं आलेलं अन्न कुणालाही संपवता आलं नाही. जेवण झाल्यावर लगेच सगळ्यांना ब्लँकेटं मिळाली आणि पुन्हा एकदा विलक्षण गारठा सोसायला सगळे जण आपापल्या कोठड्यांत बंद झाले.

तेरा तास गेले. सात वाजता आम्हाला जागं करण्यात आलं. न्हाणीघरातल्या पाण्याकडं सगळे धावले. चहा आणि ब्रेड खाऊन झाला. स्पाईकमधला आमचा शेर आता संपला होता, पण पुन्हा वैद्यकीय तपासणी केल्याशिवाय आमची सुटका नव्हती. भटक्यांकडून देवी रोगाचा प्रसार होईल, म्हणून अधिकारीवर्गाला धास्ती होती. या खेपेला डॉक्टरांनी फक्त दोन तास वाट बघायला लावली. दहा वाजता आम्ही मोकळे झालो.

अंगणात आलो. केवढा लख्ख उजेड होता बाहेर आणि किती सुरेख वारा! ट्रॅम्प मेजरनं प्रत्येकाला त्याचं गाठोडं परत केलं. ताब्यात घेतलेल्या वस्तू दिल्या. दुपारच्या जेवणासाठी ब्रेड आणि चीज दिलं.

आम्ही रस्त्याला लागलो.

स्पाईक आणि तिथली शिस्त दृष्टीला पडायला नको! एक दिवस आणि दोन रात्री वाया गेल्यानंतरही ही मधली स्थिती स्वातंत्र्याची होती. आता आठ-एक तास तरी हाताशी होते. सिगारेटची थोटकं शोधत रस्ता तुडवायचा, भीक मागायची आणि

काम मिळतं, का बघायचं. आता दहा किंवा पंधरा किंवा वीस मैल वाट तुडवावी, तेव्हा दुसरा स्पाईक. मग पुन्हा नव्यानं खेळ सुरू.

मी पुरून ठेवलेले आठ पेन्स घेतले आणि नोबीबरोबर रस्त्याला लागलो. नोबी हा आदरणीय असा सच्चा भटक्या. हा एक जादा बूटजोडी बाळगायचा आणि त्यानं सगळी लेबर एक्स्चेंजेस पालथी घातली होती. आमचे इतर दोस्त गादीतल्या ढेकणांसारखे पूर्वेला, पश्चिमेला, दक्षिणेला, उत्तरेला पांगले. फक्त तो मंदबुद्धीचा भटक्या स्पाईकच्या फाटकाशी घोटाळत राहिला. शेवटी ट्रॅम्प मेजरनं पाठलाग करून त्याला पळवून लावला.

नोबी आणि मी क्रोयडोनकडे निघालो. रस्ता रिकामा आणि शांत होता. गाड्या धावत नव्हत्या. चेस्टनटची झाडं मोहोरानं लहडली होती. सर्वत्र शांतता होती. सुरेख वास येत होता. आम्ही दोघंच रस्ता तुडवत होतो.

मागे पावलांचा आवाज आला. माझ्या खांद्यावर हात पडला. हा स्कॉटी होता, आमच्या मागोमाग धापा टाकत तो आला होता. त्यानं गंजलेला डबा खिशातून काढला. देणं फेडणाऱ्या माणसाचं स्मित त्याच्या ओठांवर होतं.

"मित्रा, हे घे. मी तुझं देणं लागतो काही थोटकांचं. तू काल मला सिगारेट ओढायला दिली होतीस. ट्रॅम्प मेजरनं घेतलेलं माझं थोटकांचं डबडं परत मिळालं आहे. घे."

– आणि त्यानं चार थोटकं माझ्या हातावर ठेवली.

■

टीपा :

१) जॉर्ज ऑर्वेलनं हे लेखन एप्रिल एकोणीसशे एकतीसला प्रसिद्ध केलं आणि पुढं 'डाउन ॲन्ड आउट इन पॅरिस ॲन्ड लंडन', या पुस्तकातील सत्तावीस आणि अठ्ठावीस प्रकरणांत समाविष्ट केलं.

२) स्पाईक : सेवाभावी संस्थेकडून चालवली जाणारी धर्मशाळा.

३) वर्कहाउस : गरजूंना शारीरिक कामांबदली राहायला आणि खायला देणारी संस्था.

२२

उत्तम लेखकाचं लेखन वाचता-वाचता प्रत्यक्ष त्या लेखकाशीही आपले जवळचे संबंध निर्माण होत असले पाहिजेत. जॉर्ज ऑर्वेल या लेखकाचं चरित्र अद्यापि मी वाचलेलं नाही, पण त्यानं लिहिलेली बरीच पत्रं त्याच्या लेखसंग्रहात आहेत; ती वाचली आहेत. आपली पत्नी वारल्यानंतर ॲन्थनी पॉवेल या लेखकमित्राला पॅरिसहून त्यानं लिहिलेलं एक पत्र वाचलं आणि किती वाईट वाटलं! हे पत्र तेरा एप्रिल एकोणीसशे पंचेचाळीसचं आहे.

प्रिय टोनी,

गेल्या आठवड्यात लंडनला होतो. तुझी गाठभेट व्हावी म्हणून खटपट केली. भेट झाली नाही. तुला कुणाकडून कळलं का नाही, हे मला माहीत नाही. एलन वारली. हे फार अनपेक्षित घडलं. एकोणतीस मार्चला तिचं लहानसं ऑपरेशन होणार होतं. काही धोका नसल्यामुळं मी पॅरिसलाच होतो आणि हे झालं. कुणाच्या चुकीमुळं झालं, या चौकशीत मला काही तथ्य नाही. कारण काहीही असलं, तरी ती

गेलेली परत येणार नाही. मला वाटतं, भूल हे कारण असावं. भयानकच. गेली पाच वर्षं तिची प्रकृती बरी नव्हतीच. बिघडलेली प्रकृती आणि कामाचं ओझं. आताशी कुठं गाडी रुळावर येऊ लागली होती. तिला तर वाटत होतं, या ऑपरेशननं आपली प्रकृती अगदी ठणठणीत होणार. तिनं मरणाआधी तासभर लिहिलेलं एक पत्र मला तिच्या कागदांत मिळालं. अर्धं-मुर्धं लिहिलेलं हे पत्र ऑपरेशननंतर पुरं करू, म्हणून तिनं तसंच ठेवलं होतं.

रिचर्डचं करण्यात, त्याला वाढवण्यात ती मग्न असताना असं झालं; त्यामुळं मन फार उदास होतं. आता रिचर्डला त्याच्या आत्याकडं ठेवलं आहे. माझ्या अगदी शेजारीच तिचं घर आहे. ती एका मुलाची आई आहे.

बघू या. लवकरच रिचर्डसाठी एखादी चांगली नर्स कायमची मिळेल. मला नर्स आणि घर मिळालं की, लगेच मी रिचर्डला खेड्यात हलवीन. त्यानं लंडनमध्ये चालायला शिकणं मला नको आहे.

त्याची सोय लावून मी थेट इकडं आलो. घरी मनाला स्वस्थता नव्हती. वाटलं, थोडं लिहून बघावं. काही काळ जर्मनीत काढला. पुन्हा आता एखाद-दुसरा आठवडा जाईन.

तुझा
– जॉर्ज.

पत्रात रिचर्ड असा उल्लेख आहे, तो लहान मुलगा ऑर्वेल पती-पत्नीनं दत्तक घेतला होता.

लेखकमित्राला लिहिलेल्या या पत्राप्रमाणं दोन पत्रं प्रकाशकांना लिहिलेली आहेत. ती महत्त्वाचीच. कारण 'ॲनिमल फार्म' या कादंबरीचा उल्लेख दोन्हीही पत्रांत आहे.

पत्र पंधरा फेब्रुवारी एकोणीसशे पंचेचाळीसचं आहे.

प्रिय मिस्टर मूर,

कॉन्ट्रॅक्ट पाठवायला बराच उशीर झाला. मी कामात फारच गुंतलो होतो.

दोन किंवा जास्तीच महिन्यांसाठी मी फ्रान्सला जातो. म्हणजे 'ॲनिमल फार्म' हे पुस्तक बाजारात येईल, तेव्हा मी इथं नसेन. सोबत यादी आहे. तिच्यात 'ॲनिमल फार्म'च्या प्रती कुणाकुणाला पाठवायच्या आहेत, ती नावं आहेत. शिवाय अभिप्रायासाठी प्रती कुणाला पाठवाव्यात, तेही आहे.

अभिप्राय आलेल्या नियतकालिकांची कात्रणं आणि इतर पत्रव्यवहार

माझ्या पत्नीकडं पाठवावा, ही विनंती.

तिचा पत्ता

Mrs. Eric Blair,

Greystone, Carlton,

Stockton-on-tees, Co, Durham

एखादा निर्णय घ्यायचा झाला किंवा काही प्रश्न उपस्थित झाले, तर ती आहे. सर्वाधिकार तिला आहेत.

– जॉर्ज.

एरिक ब्लेअर हे ऑर्वेलचं नाव. जॉर्ज ऑर्वेल या नावानं तो लिहू लागला, त्या आधीचं.

दुसरं पत्र सतरा मार्च पंचेचाळीसचं आहे.

प्रिय रॉजर,

'होमेज टु कॅटालोनिया', या माझ्या पुस्तकाची प्रत आपण धाडलीत, याबद्दल आभार. आंद्रे मोर्वा पॅरिसमध्ये नाहीत, तेव्हा त्यांना प्रत देता येणार नाही. स्पेनमध्ये माझ्या डिव्हिजनचे कमांडर ज्यो रोव्हिया होते. ते मला मित्राच्या घरी इथं भेटले; त्यांना देईन.

'ॲनिमल फार्म' प्रेसमध्ये गेलं की नाही, याची माहिती मला नाही. ते छापून तयार झालं नसलं, तर एक दुरुस्ती आहे. सातव्या प्रकरणात (मला वाटतं – सातव्यातच!) जेव्हा विंडमिल उडवून दिली जाते, तेव्हा मी लिहिलं आहे –

'नेपोलियनसह सगळे प्राणी नाकाडावर कोसळले.' या जागी दुरुस्ती अशी 'नेपोलियनशिवाय सगळे प्राणी.' पुस्तक छापून झालं असेल, तर दुरुस्तीचा विचार सोडून द्यायचा. ही दुरुस्ती अशासाठी की, जे.एस. (जोसेफ स्टालिन)ला न्याय मिळावा. जर्मन लढाईच्या वेळी तो मॉस्कोत राहिला होता.

– जॉर्ज.

'ॲनिमल फार्म' ही कादंबरी एकोणीसशे पंचेचाळीसच्या ऑगस्टमध्ये प्रसिद्ध झाली आणि खूप गाजली. 'ॲनिमल फार्म'च्या युक्रेनिअन भाषांतराला ऑर्वेलची प्रस्तावना आहे. सत्तेचाळीस साली भाषांतरित कादंबरीसाठी ही विशेष प्रस्तावना ऑर्वेलनं लिहिली. प्रस्तावना अशी आहे –

'ॲनिमल फार्म'च्या युक्रेनिअन भाषेतील भाषांतराला प्रस्तावना लिहिण्याची विचारणा मला करण्यात आली आहे. जो वाचक मला मुळीच माहीत नाही, त्याच्यासाठी प्रस्तावना लिहायची आहे, हे मला माहीत आहे. बहुधा वाचकांनाही आजवर माझ्याबद्दल काही माहिती मिळण्याची संधी मिळालेली नसेल.

'ॲनिमल फार्म' ही कादंबरी कशी सुचली, याबद्दल माझ्याकडून काही कळेल, अशी या वाचकांची अपेक्षा असणार; पण आधी मी माझ्यासंबंधी आणि माझ्या राजकीय विचारापर्यंत मी कसा पोहोचलो, त्या अनुभवासंबंधी सांगतो.

एकोणीसशे तीन साली मी भारत देशात जन्माला आलो. माझे वडील ब्रिटिश सरकारच्या नोकरीत होते.

सरकारी नोकर, शिक्षक, वकील, डॉक्टर, जवान यांची कुटुंबं असतात; तसंच आमचं कुटुंबही सर्वसाधारण मध्यमवर्गापैकी होतं. इटॉनला माझं शिक्षण झालं. इंग्लिश पब्लिक स्कूलपैकी फार महागडं आणि शिष्ट. शिष्यवृत्ती मिळवून मी तिथं गेलो. एरवी, अशा महाग शाळेत मुलाला घालणं माझ्या वडिलांना शक्य झालं नसतं.

शाळा सोडल्यावर (माझं वय वीस वर्षांचंसुद्धा नव्हतं.) मी ब्रह्मदेशला गेलो आणि इंडियन इंपीरिअल पोलीसमध्ये रुजू झालो. या नोकरीत मी पाच वर्षं काढली. ही नोकरी मला योग्य अशी नव्हती. तिच्यामुळं मी साम्राज्यशाहीचा तिरस्कार करू लागलो. खरं तर, त्या वेळी ब्रह्मदेशात राष्ट्रीय वृत्ती फारशी नव्हती. ब्रिटिश आणि ब्रह्मी यांच्यातील संबंध बिघडलेले नव्हते.

एकोणीसशे सत्तावीस साली, इंग्लंडमध्ये रजेवर आलो असताना मी नोकरीचा राजीनामा दिला आणि लेखक व्हायचं ठरवलं. लगेच यशस्वी झालो नाही. अठ्ठावीस-एकोणतीस या काळात पॅरिसला राहिलो. कोणीही छापण्यासाठी स्वीकारल्या नाहीत अशा कथा-कादंबऱ्या लिहिल्या. (त्या मीच नाहीशाही केल्या.) पुढची काही वर्षं कसाबसा जगत राहिलो. अनेकदा उपास काढले. एकोणीसशे चौतीसनंतर लिहिण्यामुळे मिळणाऱ्या पैशांवर माझं भागू लागलं. दरम्यान काही काळ मी दरिद्री, अर्धे-मुर्धे गुन्हेगार अशा लोकांत काढला. त्या लोकांची वस्ती झोपडपट्ट्यांतून होती. रस्त्यावर भीक मागावी, चोरीमारी करावी आणि जगावं. सुरुवातीला दारिद्र्यामुळं मी त्यांच्यात राहिलो; पण पुढं त्यांच्या जीवनमार्गामुळं रमलो. उत्तर इंग्लंडमधल्या खाण-कामगारांच्या परिस्थितीचा अभ्यास करण्यात मी काही महिने घालवले. एकोणीसशे तीसपर्यंत मी स्वतःला समाजवादी समजत नव्हतो. खरं तर,

आजतागायत मला स्वच्छपणे राजकीय मताच्या व्याख्या करता आलेल्या नाहीत. औद्योगिक कामगारांच्या स्थितीचा तिटकारा येऊन मी समाजवादाकडे आकर्षित झालो.

छत्तीस साली माझं लग्न झालं. त्याच आठवड्यात स्पेनमध्ये अंतर्गत युद्ध पेटलं. मला आणि माझ्या बायकोला स्पेनला जाऊन स्पेन सरकारच्या बाजूनं लढायचं होतं. मी पुस्तक लिहायला घेतलं होतं, ते पुरं व्हायला सहा महिने लागले. लगेच आम्ही तयार झालो. स्पेनमध्ये मी सहा महिने अरेगॉन आघाडीवर होतो. हुएस्काला एका फॅसिस्ट नेमबाजानं माझ्या नरड्यावर गोळी घातली.

स्पेन सरकारला मदत करणाऱ्या राजकीय पक्षातील अंतर्गत झगडा बाहेरून आलेल्या परदेशी लोकांना माहीत नव्हता. बहुतेक परदेशी मदतगार इंटरनॅशनल ब्रिगेडमध्ये दाखल झाले, तसे आम्ही झालो नाही. अनेक अपघातांनंतर आम्ही स्पॅनिश ट्राटस्कीइस्ट्सला मिळालो.

सदतीस सालच्या मध्यावर कम्युनिस्टांनी स्पेनवर अंमल बसावला आणि ट्राटस्कीइस्ट्सची शिकार सुरू झाली. आम्ही दोघं गुन्हेगारांत गणलो गेलो. पण स्पेनबाहेर जिवानिशी येण्याइतके सुदैवी ठरलो. कुठं एकदाही अटक झाली नाही. आमच्या मित्रांपैकी अनेक जणांना गोळ्या घालून मारण्यात आले. काही जण जेलमध्ये राहिले, काही निव्वळ नाहीसे झाले.

स्पेनमध्ये शिकार सुरू झाली आणि त्याच सुमारास यूएसएसआरमध्ये शुद्धीकरण मोहीम सुरू झाली. ही स्पेनमधल्या शिकारीला पूरक अशीच होती. दोन्हींकडेही आरोप ठेवण्याची तऱ्हा एकच होती. (फॅसिस्टांसोबत कट-कारस्थान करणे.) स्पेनच्या बाबतीत मी म्हणेन की, या आरोपात काही तथ्य नव्हते. हा अनुभव म्हणजे एक मोलाचा धडाच होता. लोकशाही असलेल्या देशातील सुबुद्ध लोकमतावर एकपक्षीय सत्तेने केलेल्या प्रचाराचा कसा सहज प्रभाव पडतो, हे मला उमगले.

अश्राप अशा लोकांना पकडून तुरुंगात डांबल्याचे मी आणि माझ्या बायकोनं पाहिलं. इंग्लंडला आम्ही परत आलो. इथं अनेक सुजाण अशा मंडळींनीही मॉस्कोतील खटल्याच्या वृत्तपत्रांनी दिलेल्या कट-कारस्थान, घातपात, दगाबाजीसंबंधीच्या अवास्तव वृत्तांतावर विश्वास ठेवल्याचे आढळून आले.

– आणि सोव्हिएट पुराणकथेचा पश्चिमेकडील समाजवादी चळवळीवर झालेला नकारात्मक नैतिक परिणाम मला जास्त स्पष्टपणे जाणवला. स्पेनहून परत आल्यावर सोव्हिएट पुराणकथा उघड करावी, असं माझ्या

मनात आले. कुणालाही कळेल आणि कुठल्याही भाषेत सहज रूपांतरित करता येईल, अशी कथा लिहून हे साधावं, असंही वाटलं.

कल्पनेला आकार यायला बराच काळ जावा लागला. मी एका लहानशा खेड्यात राहत होतो. एके दिवशी दहाएक वर्षांचा एक पोर भलीमोठी घोडागाडी अरुंद रस्त्यानं हाकताना दिसला. वरचेवर तो चाबूक ओढत होता. एकदम मला जाणवलं – अरे, जर का घोड्याला आपल्या शक्तीची जाणीव झाली, तर माणसाला तो बधणार नाही. कनिष्ठ वर्गाला श्रीमंत वर्ग लुबाडतो, तसाच माणूस जनावरांना लुबाडतो.

मार्क्सच्या सिद्धान्ताचं जनावराच्या दृष्टिकोनातून पृथक्करण करायला मी सुरुवात केली. त्यांच्या दृष्टीनं वर्गलढ्याची मानवी संकल्पना हा एक भ्रम आहे. कारण जेव्हा-जेव्हा जनावरांना लुबाडणं आवश्यक वाटतं, तेव्हा सगळी माणसं एक होतात आणि जनावराच्या विरुद्ध जातात. खरा झगडा हा माणूस आणि जनावर ह्यांच्यातलाच आहे.

एवढा विचार झाला. आता गोष्ट लिहिणं कठीण नव्हतं. पण, एकोणीसशे त्रेचाळीसपर्यंत मी ती लिहिली नाही. एक तर मी सारखा कामात गुंतलो होतो. ही गोष्ट लिहायला वेळ मिळाला नाही. म्हणजे 'ॲनिमल फॉर्म'ची कल्पना सहा वर्षं माझ्या मनात पडून होती.

कथेबद्दल मी काही बोलणार नाही; तीच बोलेल. नाही बोलली, तर ते माझे अपयश आहे.

लेखकाला परिचित नाही, अशा भाषेत जेव्हा पुस्तक जातं, तेव्हा त्याला कशी प्रस्तावना असावी, याचं उत्तम उदाहरण म्हणजे ऑर्वेलनं लिहिलेली ही प्रस्तावना. हिची इंग्रजी प्रत उपलब्ध नाही. मूळच्या युक्रेनिअन भाषांतरातील प्रस्तावनेचा हा इंग्रजी तर्जुमा आहे.

– आणि एखादी कादंबरी लेखकाला लिहावी वाटते, ती का? कादंबरीमागे केवढा खडतर जीवनप्रवास असतो, केवढे अनुभव असतात... विषय सुचल्यावरही सहा-सहा वर्षं तो कसा मनातच राहतो आणि काही निमित्तानं बाहेर येतो... हे निमित्त म्हणजे काय असतं? किती तरी उत्तरं चौकस वाचकाला या प्रस्तावनेतून मिळतात.

■

नोकरी – पुस्तकाच्या दुकानातली

२३

काही काळ मी पुस्तकांच्या दुकानात काम केलं. एरवी, पुस्तकांचं दुकान म्हणजे कापडी बाइंडिंग केलेले लठ्ठ-लठ्ठ ग्रंथ चाळणारी वडीलधारी, भली माणसं जिथं नेहमी दिसतात, असं नंदनवन वाटे. काम करायला लागल्यावर माझ्या ध्यानात आलं की, ज्यांना खरे वाचक म्हणावं, असे फार थोडे लोक असतात. आमच्या दुकानात मोठ्या संख्येनं चांगली पुस्तकं होती. पण दुकानात येणाऱ्या गिऱ्हाइकांपैकी दहा टक्के लोकांनासुद्धा चांगलं पुस्तकं कोणतं आणि वाईट कोणतं, हे माहीत नव्हतं. साहित्याची आवड असणाऱ्यांपेक्षा पुस्तकाच्या पहिल्या आवृत्तीचा शोध घेणारेच जास्ती असत. पुरातत्त्व विषयावरची जुनी आणि स्वस्त क्रमिक पुस्तकं शोधणारे विद्यार्थी ह्या पहिल्या आवृत्तीवाल्या लोकांपेक्षा जास्ती असत आणि आपल्या पुतण्याच्या वाढदिवसादिवशी भेट म्हणून द्यायला म्हणून पुस्तक घेण्यासाठी आलेल्या, काहीच निर्णय न घेणाऱ्या बायांची संख्या आणखी जास्त असे.

आमच्याकडं येणाऱ्यांतली बरीच मंडळी कुठंही गेली, तरी त्रासदायकच ठरली असती; पण पुस्तकाच्या दुकानात त्यांना विशेष सवलत घेता येई. उदाहरणार्थ – एका म्हाताऱ्या

बाईंना 'अपंगांना वाचण्यासाठी' पुस्तक हवं असे. आणखी एका आजींनी अठराशे सत्त्याण्णव साली एक सुंदर पुस्तक वाचलेलं होतं. त्याची प्रत हवी असे. त्या सुंदर पुस्तकाचं नाव किंवा लेखकाचं नाव किंवा कशासंबंधी होतं, त्यापैकी काही म्हणजे काही त्यांना आठवत नसे. मात्र एक आठवायचं की, ह्या पुस्तकाचं कव्हर तांबड्या रंगाचं होतं. ह्या ग्राहकापेक्षा कीर्तिवान असे आणखी दोन उपद्रवी प्राणी आहेत. त्यांचा ताप प्रत्येक जुनी पुस्तकं विकणाऱ्या दुकानाला होतो. एक म्हणजे शिळ्या ब्रेडचा वास असलेला, किडलेला माणूस. हा दिवसातून बऱ्याच वेळा दुकानात येतो आणि आपल्याजवळची काही कचरा पुस्तकं तुमच्या गळ्यात घालण्याची खटपट करतो. दुसरा माणूस प्रचंड पुस्तकं पाठवा, अशी मागणी नोंदवतो; पण त्याबद्दल किंमत म्हणून एक छदामही देणं लागत नाही. आम्ही उधार देत नव्हतो; पण कुणी गिऱ्हाइकानं सांगितलं, तर पुस्तकं बाजूला ठेवून देत असू. कुणी गिऱ्हाइकानं पुस्तकं मागवायला सांगितली, तर तीही मागवून देत असू. पुस्तकं आम्ही परत येऊन घेऊन जाऊ, असं गिऱ्हाइकं सांगून जात. अशा गिऱ्हाइकांपैकी जवळजवळ निम्मे लोक दुकानाकडं कधी फिरकत नसत. सुरुवातीला या अनुभवामुळं आम्ही गोंधळून जात असू. लोक असं का वागतात? कोणी येतं आणि दुर्मीळ किमतीचं भारी असं पुस्तक मागतं. ते मागवून घ्या, माझ्यासाठी ठेवून द्या, असं सांगतं आणि जे जातं, ते पुन्हा कधीही दिसत नसतं. लंडनसारख्या शहरात डोक्यानं अधर्वट अशी पुष्कळ माणसं रस्त्यावरून भटकत असतात. ह्यांचा ओढा पुस्तकांच्या दुकानाकडं असतो. छदामही न खर्च करता बराच वेळ घालवता येतो, अशी ही एक जागा असते. सरावानं अशी माणसं पाहताच ओळखता येतात. त्यांची बडबड ऐकून, हे काही खरं गिऱ्हाईक नाही, हे समजतं. आपण घराबाहेर पडताना पैसे घ्यायला कसे विसरलो, हे ती तुम्हाला पटवून देतात. अशा गिऱ्हाइकानं काढून ठेवलेली पुस्तकं ते गिऱ्हाईक दुकानाबाहेर पडताच पुन्हा जागच्या जागी ठेवूनच द्यायची असतात.

जुन्या पुस्तकाच्या विक्रेत्यांना पुस्तकाखेरीज काही इतर वस्तूही दुकानात ठेवाव्या लागतात. आम्हीही ठेवत असू. उदाहरणार्थ – वापरलेले टाइपरायटर आणि वापरलेली तिकिटं. तिकिटांचा संग्रह करणारे ही एक खास जात असते. या संग्राहकांत सर्व वयाचे, पण पुरुषच असतात. रंगीत तिकिटं डकवून आल्बम करण्यात काय आनंद असतो, हे स्त्रियांना उमगत नसावं. मी केलेलं जपानमध्ये होणाऱ्या भूकंपाचं भविष्य खरं ठरलं आहे, असा दावा करणाऱ्या ज्योतिषानं लिहिलेली कुंडली-भविष्यंही आम्ही विकत असू. ही भविष्यं बंद पाकिटात असत. मी कधी असलं पाकीट उघडून पडताळा घेतला नाही, पण अनेक गिऱ्हाइकं आपलं भविष्य अगदी खरं निघाल्याचं दुकानात परत येऊन सांगत. (तुमचं व्यक्तिमत्त्व विरुद्ध लिंगी व्यक्तीला फार आकर्षक वाटेल, असं आहे आणि तुमच्या स्वभावातला

मोठा दोष म्हणजे तुम्ही अति उदार अंत:करणाचे आहात, असं सांगणारं कोणतं भविष्य खोटं निघतं?) मुलांसाठी छापलेल्या पुस्तकांचा चांगला धंदा होई. ज्या पुस्तकांना आता मागणी नाही, अशी ही पुस्तकं असत. हल्ली प्रसिद्ध झालेली मुलांची पुस्तकं भयंकरच असतात. हजारांनी ती आपण पाहिली, म्हणजे जास्तीच भयंकर वाटतात. मी तरी मुलाला पीटर पॅनऐवजी पेट्रोनिस अर्बोटरचीच प्रत देईन. पीटर पॅनचा लेखक बॅरी हासुद्धा त्याच्यानंतरच्या नकली लेखकांपेक्षा अधिक मर्दानी आणि हितकर असा वाटतो.

ख्रिसमसचा सण आला की, दहा-एक ख्रिसमस कार्ड्स आणि कॅलेंडर्स यांच्याशी झटपट द्याव्या लागत. ह्या वस्तूंची विक्री करणं, ही चांगली दमणूकच असते. हा धंदा बरा होतो. ख्रिश्चन भावनांचा किती निष्ठुरतेने, तिऱ्हाईतपणे फायदा उठवला जातो, हे बघणं मौजेचं असे. ख्रिसमसची कार्डं काढणाऱ्या कंपन्यांचे दलाल जून महिन्यापासून खेटे घालू लागत. त्यांनी पाठवलेल्या यादीतला एक उल्लेख माझ्या अद्याप लक्षात राहिला आहे –

'दोन डझन बाल ख्रिस्त, सशांसह.'

आमचा खरा जोडधंदा वाचनालयाचा होता. दोन पेनी भरा आणि डिपॉझिटशिवाय पुस्तक न्या, ह्या पद्धतीचं हे वाचनालय होतं. एकूण पुस्तकं सहाशे. सगळ्या कादंबऱ्या. पुस्तकचोरांना अशी वाचनालयं फार सोईची असतात. अतिशय सोप्या पद्धतीनं गुन्हा करायचा. दोन पेनी भरून एका वाचनालयाकडून पुस्तक वाचायला घ्यायचं आणि लेबल काढून दुसऱ्या वाचनालयाला एक शिलिंगला विकायचं. डिपॉझिट मागून वर्गणीदार गमावण्यापेक्षा काही पुस्तकांच्या प्रती गमावणं ग्रंथविक्रेत्यांना परवडायचं. आमच्या वाचनालयातली डझनभर पुस्तकं महिन्याला चोरली जायची.

आमच्या दुकानात बॅरोनिटपासून बस-कंडक्टरपर्यंत सर्व स्तरांतले लोक येत आणि पुस्तकं वाचायला नेत. जास्तीत जास्त मागणी कोणत्या लेखकाला असेल? प्रीस्टले? हेमिंग्वे? वॉलपोल? वुडहाउस? छे! इथेल एम.डेल. नंतर वॉरविक डिपिंग दुसरा क्रमांक, नंतर जेफ्री फर्नोल हा मी म्हणेन क्रमांक तीन. डेलच्या रंजक कादंबऱ्या वाचणाऱ्यांत स्त्रिया जास्ती असत. कुणालाही वाटेल की, ह्या बहुधा सोकावलेल्या प्रौढ कुमारिका असतील किंवा तंबाखू-दुकानदारांच्या जाड्या बायका असतील. नाही, सगळ्या स्तरांतल्या आणि सगळ्या वयाच्या स्त्रिया. पुरुषवर्ग कादंबरी वाचतच नाही, हे खरं नाही. पण कादंबऱ्यांच्या प्रकारांपैकी बरेच प्रकार वाचणं टाळतात. ज्यांना साधारण कादंबऱ्या म्हणतात, त्या स्त्री-वाचकांसाठी असतात, असं वाटतं. आदरणीय अशा कादंबऱ्या किंवा डिटेक्टिव्ह कथा पुरुष वाचक वाचतात. डिटेक्टिव्ह कादंबऱ्या वाचणाऱ्यांचं प्रमाण भयंकरच असतं. आमच्या वर्गणीदारांपैकी एक महाशय आठवड्याला चार-पाच कादंबऱ्यांचा फडशा

पाडत. हे झालं आमच्या वाचनालयापुरतं. शिवाय हे इतर वाचनालयांचेही वर्गणीदार होतेच. एक पुस्तक दुसऱ्यांदा त्यांनी वाचलं, असं कधी घडलं नाही; आणि हे एवढं रद्दी वाचन (माझ्या हिशेबानुसार त्यांनी एका वर्षात वाचलेली पानं अंथरली, तर पाऊण एकर जमीन झाकेल.) त्यांच्या स्मरणात राही. पुस्तकाचं नाव, लेखक न पाहता केवळ पानावर नजर फिरवून सांगत – 'हे मी वाचलं आहे पूर्वीच.'

वाचकांची अभिरुची तुम्हाला वाचनालयातील वर्गणीदारांच्या पुस्तक-निवडीवरून कळते आणि इथं अभिजात कादंबरी-लेखक कसे मोजलेच जात नाहीत, हेही समजतं. डिकन्स, थॅकरे, जेन ऑस्टिन, त्रोलोप आदी लेखक सर्वसाधारण वाचनालयात ठेवण्यात काही अर्थ नाही. हे कोणी वाचायला नेत नाही. एकोणिसाव्या शतकातल्या कादंबरीकडं नजर टाकताच वाचक म्हणतो, 'हे आता जुनं झालं' आणि चालायला लागतो. पण, दुकानात डिकन्स खपवणं सोपं आहे; जसा शेक्सपिअर खपवणं सोपं आहे, तसाच. 'हो, वाचलाच पाहिजे एकदा' असे जे लेखक आहेत, त्यांच्यातला डिकन्स. बायबलसंबंधी लोकांनी जसं ऐकलेलं असतं, तसंच डिकन्ससंबंधीही ऐकलेलं असतं. त्यांना ऐकून माहीत असतं की, बिल साईक्स हा दरवडेखोर आहे आणि मिस्टर मिकावबरला टक्कल आहे. जसं त्यांना ऐकूनच माहीत झालेलं असतं की, मोझेस हा बोरूनं विणलेल्या टोपलीत सापडला आणि त्याला पाठमोऱ्या ख्रिस्ताचं दर्शन झालं.

आता अमेरिकन पुस्तकं अप्रिय होऊ लागली आहेत आणि लघुकथा कोणी वाचीत नाही. ग्रंथपालाला पुस्तक मागणारा वाचक सुरुवात करतो, 'मला लघुकथा नकोत', किंवा 'मला लहान कथा आवडत नाहीत.' आमचा एक जर्मन वाचक अशीच सुरुवात करत असे. का बरं, असं विचारलं; तर वाचक म्हणत, 'प्रत्येक वेळेला नवी पात्रं आली की, कंटाळा येतो. एक प्रकरण वाचल्यावर पुढं मेंदूला काही शीण न देता कादंबरीत शिरणं बरं असतं.' मला वाटतं, ह्याचा दोष वाचकांपेक्षा लेखकांकडंच जातो. इंग्लिश आणि अमेरिकनही आधुनिक लघुकथा अगदी निर्जीव आणि गुणहीन असतात. लघुकथा ही जर चांगली कथा असली, तर ती लोकप्रिय असतेच. डी.एच. लॉरेन्सच्या लघुकथा ह्या त्याच्या कादंबरीइतक्याच लोकप्रिय आहेत.

आता, व्यवसाय म्हणून पुस्तक-विक्रेता होणं मी पसंत करीन का? तर, माझ्या मालकांचा चांगुलपणा, दुकानातला काही चांगला काळ जमेला धरूनही मी म्हणेन – नाही! चांगली जागा आणि योग्य असं भांडवल मिळालं, तर कुणाही सुशिक्षित माणसाला योगक्षेम चालवायला पुस्तकाचं दुकान हा योग्य व्यवसाय आहे. फक्त दुर्मीळ पुस्तकंच विकीन, अशी जिद्द बाळगली नाही; तर हा व्यवसाय शिकून घेणंही फार अवघड नाही. पुस्तकाच्या आत काय असतं, हे जर माहीत असलं, तर त्याचा

सुरुवातीसच उत्तम उपयोग होतो. (पुष्कळशा पुस्तक-विक्रेत्यांना पुस्तक आतून माहीत नसतं. विक्रेत्यांनी मागणीदाखल दिलेल्या जाहिरातीवरून हे कळतं. बोसवेलच्या 'डिक्लाईन अ‍ॅन्ड फॉल'ची जाहिरात जरी पाहायला मिळाली नाही, तरी 'दि मिल ऑन दि फ्लॉस बाय' – टी.एस. इलिअट ह्याची जाहिरात नक्की असेल.) शिवाय, एका लक्ष्मणरेषेपलीकडे अशिष्ट होऊ शकणार नाही, असा एक माणुसकीचा धंदा आहे. काही कंपन्यांनी एकत्र येऊन किराणा दुकानदार आणि गवळी ह्यांना जसे नाहीसे करून टाकले आहे, तसा स्वतंत्र ग्रंथविक्रेता नाहीसा करता येणार नाही.

मात्र, इथं कामाचे तास जास्ती आहेत. मी अर्धवेळ कामगार होतो, तो पण माझा मालक आठवड्यातले सत्तर तास काम करीत असे. शिवाय पुस्तक खरेदी करण्यासाठी सतत शोधयात्रा चालू असत, त्या वेगळ्या. तसा हा व्यवसाय तब्येत बिघडवतो. थंडीच्या दिवसांत पुस्तकाचं दुकान भयानक गारठ्याचं असतं. कारण दुकान उबदार ठेवलं, तर खिडक्यांच्या काचा धुकाळतात, आतलं दिसत नाही आणि काचेच्या खिडक्यांवर तर पुस्तक-विक्रेता जगत असतो. इतर कोणत्याही वस्तूपेक्षा पुस्तकं ही जास्ती धुरोळा जमवतात आणि तोसुद्धा उपद्रवी असा. शिवाय, घाणेरड्या निळ्या माश्या पुस्तकांच्या पुठ्ठ्यावरच मरण पत्करतात.

मी कधीही पुस्तक-विक्रेता होणार नाही. ह्याचं एकमेव कारण म्हणजे, ह्या धंद्यात होतो, तेव्हा माझं पुस्तकासंबंधीचं प्रेम आटून गेलं. पुस्तक-विक्रेत्याला पुस्तकांबद्दल खोटं-नाटं बोलावं लागतं आणि असं बोलणं भाग पाडतात, म्हणून पुस्तकांविषयी नावड उत्पन्न होते. शिवाय, त्याला सतत पुस्तकांवरची धूळ झटकावी लागते आणि पुढं-मागं सरकवावं लागतं.

पुस्तकांवर फार प्रेम होतं, असा एक काळ होता. पुस्तकांचं दर्शन, पुस्तकांचा वास, स्पर्श – सगळं आवडे. पुस्तकं जर पन्नास वर्षं किंवा त्याहीपेक्षा जास्ती जुनं असलं, तर फारच आवडे. बाजारात जाऊन जुन्या पुस्तकांचा भारा लिलावात एक शिलिंग किमतीला घेणं, ह्यातला आनंद दुसऱ्या कशातही नसे. अशा जीर्ण-शीर्ण भाऱ्यात अनपेक्षितपणे तुम्हाला हाती काय-काय लागतं – अठराव्या शतकातले किरकोळ कवी, कालबाह्य झालेली गॅझेटिअर्स, विरल्या गेलेल्या बाउंड कादंबऱ्या, अठराशे साठ सालची स्त्रीमासिकं.

सहज वाचण्यासाठी म्हणजे टबात डुंबताना किंवा रात्री उशिरा किंवा दुपारच्या जेवणाआधीच्या रिकाम्या वेळात 'गर्ल्स ऑन पेपर'चे जुनं अंक चाळण्यासारखं दुसरं सुख नाही.

मी पुस्तकाच्या दुकानात काम करायला लागलो आणि पुस्तकं विकत घेणं बंद केलं. पाच-पाच, दहा-दहा हजार पुस्तकं सतत पाहणं फारच कंटाळवाणं आणि काही प्रमाणात नक्की वाटणारंच असतं.

आता मी एखाद-दुसरं पुस्तक विकत घेतो कधी-कधी, पण तेसुद्धा वाचायचंच आहे आणि उसनं मिळणं शक्य नाही, असलं. जुन्या पुस्तकांचा सुरेख वास आता सहज मोहात पाडू शकत नाही.

डोक्यानं अर्धवट अशी गिऱ्हाइकं आणि मोठ्या निळ्या माश्या यांच्याशी मन जुन्या पुस्तकांची सांगड घालत असतं.

■